എന്തിനു ഭാരതധരേ കരയുന്നു

Enthinnu Bharathadhare Karayunnu
Drama

K M Rakhavan Nambiyar

CHINTHA PUBLISHERS
Thiruvananthapuram

First Edition
March 2023

Published
Chintha Publishers, Thiruvananthapuram

Typesetting
Star Communications, Thiruvananthapuram

Printed at
Akshara Offset, Thiruvananthapuram

Cover Design
Vinod Mangoes

ISBN : 978-93-94753-74-7

CO - 3238 / 6391

Email: chinthapublishers@gmail.com
Website: www.chinthapublishers.com

A version is available at National Libraries
Kolkata, Mumbai, Chennai and Delhi

Distribution
DESHABHIMANI BOOKHOUSE
H O Thiruvananthapuram 695035

Branch
Head Office Kunnukuzhi • Statue Thiruvananthapuram
KSRTC Bus Terminal Thampanoor • Saphalyam Complex Thiruvananthapuram
KSRTC Bus Station Alappuzha • KSRTC Bus Station Ernakulam
Machingal Lane Thrissur • IG Road Kozhikode
Mavoor Road Kozhikode • NGO Union Building Kannur
Central Bus Terminal Complex Thavakkara Kannur

എന്തിനു ഭാരതധരേ കരയുന്നു

കെ എം രാഘവൻ നമ്പ്യാർ

ചിന്ത പബ്ലിഷേഴ്സ്
തിരുവനന്തപുരം–695 035

കെ എം രാഘവൻ നമ്പ്യാർ

കണ്ണൂർ ജില്ലയിൽ പഴയങ്ങാടിക്കടുത്ത് അടുത്തിലയിൽ ജനനം.

അദ്ധ്യാപകൻ, പ്രധാനാദ്ധ്യാപകൻ എന്നീ നിലകളിൽ കേരളത്തിലെ വിവിധ സർക്കാർ ഹൈസ്കൂളുകളിൽ പ്രവർത്തിച്ചു. അസിസ്റ്റന്റ് എഡ്യൂക്കേഷണൽ ഓഫീസറായി വിരമിച്ചു.

സംഗീതനാടക അക്കാദമി വൈസ് ചെയർമാനായും എക്സിക്യൂട്ടീവ് അംഗമായും സാഹിത്യ അക്കാദമി അംഗമായും പ്രവർത്തിച്ചിട്ടുണ്ട്.

നാടകകൃത്ത്, നടൻ, സംവിധായകൻ എന്നീ നിലകളിൽ നാടകരംഗത്ത് അറുപതിലേറെ വർഷങ്ങളായി പ്രവർത്തിക്കുന്നു. സംസ്ഥാനാടിസ്ഥാനത്തിലുള്ള അമേച്വർ നാടക മത്സരങ്ങളിൽ രചനയ്ക്കും സംവിധാനത്തിനും അഭിനയത്തിനുമുള്ള സമ്മാനങ്ങൾ നേടിക്കൊണ്ട് ഈ രംഗത്ത് ശ്രദ്ധേയനായി.

അമേച്വർ കലാസമിതികൾക്കു പുറമെ കോഴിക്കോട് സംഗമം, കോഴിക്കാട് മ്യൂസിക്കൽ തിയറ്റേഴ്സ്, കണ്ണൂർ സംഘചേതന, കാഞ്ഞങ്ങാട് കാകളി തിയറ്റേഴ്സ് എന്നീ പ്രൊഫഷണൽ നാടകസംഘങ്ങളിലും പ്രവർത്തിച്ചു.

കേന്ദ്ര സംഗീതനാടക അക്കാദമിയുടെ നാടകകൃത്തിനുള്ള ടാഗോർ ദേശീയ അവാർഡ്, കേരള സംഗീതനാടക അക്കാദമി അവാർഡ്, കേരള സാഹിത്യ അക്കാദമി അവാർഡ്, ചെറുകാട് അവാർഡ്, അബുദാബി ശക്തി അവാർഡ്, എൻ സി ശേഖർ അവാർഡ് എന്നീ പുരസ്കാരങ്ങൾ നേടി.

രാജസൂയം കാലിക്കറ്റ് യൂണിവേഴ്സിറ്റിയിലും *സഞ്ജീവനി* മഹാത്മാഗാന്ധി യൂണിവേഴ്സിറ്റിയിലും *അധിനിവേശത്തിന്റെ ആസുര വഴികൾ* കണ്ണൂർ–കാലിക്കറ്റ് യൂണിവേഴ്സിറ്റികളിലും പാഠപുസ്തകമായിട്ടുണ്ട്.

ചിതാപുഷ്പം, ദിവ്യദുഃഖം, കാലനേമി, ഉഷഃസന്ധ്യ, പ്രഹേളിക, രാജസൂയം, വജ്രമുഷ്ടി, കർമ്മഭൂമി, സ്വാതന്ത്ര്യം തന്നെ ജീവിതം, നന്ദി വീണ്ടും വരിക, പ്രജാപതി, കാളകൂടം, പുറങ്കാലൻ, സഞ്ജീവനി, നിശായനം, രോഗം ഫ്രീമാർക്കറ്റ് തുടങ്ങിയവ മുഖ്യനാടകങ്ങൾ. *ദശപുഷ്പം, കിനാക്കുഞ്ഞുങ്ങൾ, സ്കൂൾ ഏകാങ്കങ്ങൾ* എന്നീ ഏകാങ്ക സമാഹാരങ്ങളും *എസ് എൽ പുരം – അരങ്ങിലെ പടഹധ്വനി, എം ആർ ബി — ഇരുട്ടുകീറിയ വ്രജസൂചി* എന്നീ ജീവചരിത്രഗ്രന്ഥങ്ങളും *അരങ്ങിന്റെ സമരഭാഷ്യം, നാടകം പ്രേക്ഷകന്റെ കല* എന്നീ പഠനഗ്രന്ഥങ്ങളുമാണ് മറ്റു കൃതികൾ.

1985 ൽ ഇന്ത്യൻ പനോരമയിലേക്ക് തെരഞ്ഞെടുക്കപ്പെട്ട *കിളിപ്പാട്ട്* എന്ന സിനിമയ്ക്ക് കഥയും സംഭാഷണവും ഗാനങ്ങളും രചിച്ചു. ദൂരദർശൻ സീരിയലിനും ടെലിഫിലിമുകൾക്കും തിരക്കഥ രചിച്ചിട്ടുണ്ട്.

കണ്ണൂർ ജില്ലയിൽ കല്യാശ്ശേരിയിലാണ് താമസം.

ഭാര്യ : പത്മകുമാരി
മക്കൾ : സുധീർ, സീമ, മായ
വിലാസം : 'ശ്രീപത്മം', കല്യാശ്ശേരി പി ഒ, കണ്ണൂർ — 670562
ഫോൺ : 0497 – 2780852, മൊബൈൽ: 9349254252

പ്രസാധകക്കുറിപ്പ്

നാടകത്തിന് വർദ്ധിച്ച പ്രാധാന്യം കൈവരുന്ന കാലഘട്ടത്തിൽ ശക്തമായ ഒരു നാടകം കൂടി എത്തുകയാണ്. കെ എം രാഘവൻ നമ്പ്യാർ നാടകത്തിന്റെ ശക്തി തിരിച്ചറിഞ്ഞ കലാകാരനാണ്. ഭാരതനാടിന്റെ സമകാലികാവസ്ഥയാണ് *എന്തിനു ഭാരതധരേ കരയുന്നു* എന്ന നാടകത്തിൽ ചിത്രീകരിച്ചിരിക്കുന്നത്. അസംബന്ധമായി മാറിക്കൊണ്ടിരിക്കുന്ന ഭരണത്തെ തുറന്നുകാട്ടുകയാണിവിടെ. രംഗത്ത് അവതരിപ്പിക്കാനും വായിച്ചു രസിക്കാനും നല്ലപോലെ കഴിയുന്ന ഈ നാടകം നാടക പ്രേമികൾക്കുമുന്നിൽ അവതരിപ്പിക്കുന്നു.

ചിന്ത പബ്ലിഷേഴ്സ്

ഒരു വാക്ക്

ഭാരതം ഒരു ജനാധിപത്യ രാഷ്ട്രമാണ്. അഞ്ചുകൊല്ലം കൂടുമ്പോൾ ഇവിടെ തിരഞ്ഞെടുപ്പ് നടക്കുന്നു. എന്നാൽ തിരഞ്ഞെടുപ്പുകളിലൂടെ ജനങ്ങളുടെ ആശയാഭിലാഷങ്ങൾ തന്നെയാണോ വെളിവാക്കപ്പെടുന്നത്? പണം, മതം, വംശം തുടങ്ങിയ സ്ഥാപിത താല്പര്യങ്ങളാണ് തിരഞ്ഞെടുപ്പുകളെയും ഭരണത്തെയും നിയന്ത്രിക്കുന്നത്. ജനാധിപത്യം നാൾകഴിയുന്തോറും പ്രഹസനമായി മാറിക്കൊണ്ടിരിക്കുകയാണ്. പാവങ്ങളുടെ മോചനം എന്നും വ്യാമോഹമായിത്തന്നെ തുടരുന്നു. 'പാരതന്ത്ര്യം നിനക്ക് വിധി കല്പിതമാണ്' എന്ന് പണ്ട് മഹാകവിക്കുണ്ടായ ആശങ്ക വിചാരശീലരിലെല്ലാം പടരുന്നു.

സാഹിത്യവും അരങ്ങും എപ്പോഴും അഭിമുഖീകരിക്കാതെ മാറ്റിനിർത്തിയിട്ടുള്ള ഈ പ്രശ്നമാണ് എന്റെ നാടകം ചർച്ച ചെയ്യുന്നത്.

ഈ നാടകം സഹൃദയർക്കായി സമർപ്പിക്കുന്നത് കവിയും നാടകകൃത്തും ദീർഘകാലമായി പുരോഗമന രാഷ്ട്രീയരംഗത്ത് നേതൃനിരയിൽ പ്രവർത്തിക്കുന്ന വ്യക്തിയുമായ ശ്രീ. പിരപ്പൻകോട് മുരളിയാണ്. സാഹിത്യത്തിലും രാഷ്ട്രീയത്തിലും ഒരുപോലെ ശ്രദ്ധാർഹനായ അദ്ദേഹത്തിന്റെ നാടകങ്ങളിൽ പലതും മലയാള പ്രൊഫഷണൽ നാടകരംഗത്തെ ക്ലാസിക്കലുകളാണ്. കച്ചവടമൂല്യം പരമാവധി കുറച്ച് സാമൂഹികവും ചരിത്രപരവും സാഹിത്യപരവുമായ മൂല്യങ്ങൾ മാത്രം ലക്ഷ്യമാക്കി എഴുതപ്പെട്ട *സ്വാതി തിരുനാൾ, സഖാവ്, വിലയ്ക്കുവാങ്ങാം* തുടങ്ങിയ നാടകങ്ങൾ ഉദാഹരണം. കൊമേർഷ്യൽ ചേരുവകൾ ധാരാളമുണ്ടെങ്കിലേ നാടകം കാണാൻ ആളുകൾ ഉണ്ടാവൂ എന്ന പ്രൊഫഷണൽ നാടകരംഗത്തെ പാഴ്വിശ്വാസത്തിനും അപവാദം അദ്ദേഹത്തിന്റെ നാടകങ്ങൾ തന്നെ. അതുകൊണ്ടുതന്നെയാണ് ഇന്ത്യൻ രാഷ്ട്രീയവുമായി ബന്ധപ്പെട്ട ഒരു പ്രശ്നം വിഷയമാക്കിയുള്ള ഈ നാടകത്തിന്

അവതാരിക എഴുതാൻ ശ്രീ. മുരളിയെ സമീപിച്ചത്. സന്തോഷത്തോടെ ഈ കർമ്മം ഏറ്റെടുത്ത് നാടകത്തിന്റെ മർമ്മങ്ങൾ കണ്ടെത്തി അവയുടെ പ്രസക്തി വിലയിരുത്തുന്ന ഒരു പഠനംതന്നെ എഴുതിത്തന്നതിന് ശ്രീ. മുരളിയോട് തോന്നുന്ന ആദരം നന്ദി എന്ന വാക്കിൽ ഒതുക്കി നിർത്തട്ടെ.

അദ്ദേഹം സന്തോഷത്തോടെ സഹൃദയ സമക്ഷം സമർപ്പിച്ച ഈ നാടകം സന്തോഷത്തോടെ തന്നെ സഹൃദയരും ഏറ്റുവാങ്ങുമെന്ന് ഞാൻ പ്രതീക്ഷിക്കുന്നു.

കെ എം രാഘവൻ നമ്പ്യാർ

കാലത്തിന്റെ കണ്ണാടിയായൊരു നാടകശില്പം

സാമ്രാജ്യത്വത്തോടും ജന്മിത്വത്തോടും ഏറ്റുമുട്ടി ചോരപ്പാടുകൾ പതിഞ്ഞ ഉത്തര മലബാറിലെ ഓരോ ഗ്രന്ഥശാലകൾക്കും പൊതു പോരാട്ടങ്ങൾക്കൊപ്പം അരങ്ങും ഒരു സമരമുഖമാക്കാൻ നാടകങ്ങൾ രചിച്ച ഒരു വിപ്ലവപ്രതിഭയുടെ ഏറ്റവും പുതിയ നാടകമാണ് *എന്തിനു ഭാരതധരേ കരയുന്നു*. വർത്തമാനകാല ഇന്ത്യയുടെ ഒരു ജാതകക്കുറിപ്പാണ് ഈ നാടകം. ഒട്ടും അതിഭാവുകത്വമില്ലാതെ, അതിരുകടന്ന വിപ്ലവ പ്രസംഗങ്ങളില്ലാതെ പ്രേക്ഷകരെ—വായനക്കാരെ—ചിന്തിപ്പിക്കുകയും നിലവിലെ സാമൂഹ്യ അനീതികൾക്കെതിരെ ആയുധങ്ങൾ തേച്ചു മൂർച്ചകൂട്ടാൻ പ്രേരിപ്പിക്കുകയും ചെയ്യുന്ന ഒരുനാടകം. ഈ നാടകത്തിന് ഒരവതാരിക എഴുതാനുള്ള നാടകകൃത്ത് കെ എം ആറിന്റെ (കെ എം രാഘവൻ നമ്പ്യാരുടെ) ക്ഷണംപോലും ജീവിത സൗഭാഗ്യമായി കാണുന്ന ഒരു എളിയ നാടക പ്രവർത്തകനാണ് ഞാൻ.

കെ എം ആർ അഭിമാനപൂർവ്വം പറയുന്നു: "നാടകകൃത്ത്, സംവിധായകൻ, നടൻ എന്നീ നിലകളിലെല്ലാം കഴിഞ്ഞ അറുപതിലേറെ വർഷങ്ങളായി മലയാള നാടക വേദിയിൽ ഞാനുണ്ട്." എത്ര രചനകൾ നടത്തിയിട്ടുണ്ടെന്നതിന് കൃത്യമായ കണക്കില്ല. ചുരുങ്ങിയത് അൻപതു പൂർണ്ണ നാടകങ്ങളെങ്കിലും എഴുതി അവതരിപ്പിച്ചിട്ടുണ്ടെന്ന് നിസ്സംശയം പറയാം. അവയിൽ പലതിലും അഭിനയിച്ചിട്ടുമുണ്ട്. ഇരുപത്തിയഞ്ചു നാടകങ്ങൾ മാത്രമാണ് അച്ചടിച്ചിട്ടുള്ളത് (കെ എം രാഘവൻ നമ്പ്യാരുടെ തെരഞ്ഞെടുത്ത നാടകങ്ങൾക്കുള്ള ആമുഖത്തിൽനിന്ന്). ഇത്ര ആത്മാഭിമാനത്തോടെ, ആധികാരികതയോടെ സ്വന്തം നാടക ജീവിതത്തെക്കുറിച്ചു പറയാൻ എത്രനാടകകൃത്തുകൾ നമ്മുടെ ഇടയിൽ ഉണ്ടാകും. ഇല്ലെന്നതാണ് യാഥാർത്ഥ്യം.

കെ എം ആറിന്റെ നാടകദർശനം ആറ്റിക്കുറുക്കിയ ഭാഷയിൽ അദ്ദേഹം തന്നെ പറഞ്ഞിട്ടുള്ളതു നോക്കുക. “പ്രമേയം എങ്ങനെ പറഞ്ഞാലാണ് പ്രേക്ഷകരിൽ കൂടുതൽ ഏശുക എന്നതിൽ കവിഞ്ഞ ഒരു പരീക്ഷണത്തിലും ഞാൻ വിശ്വസിക്കുന്നില്ല. നാടകത്തിന് ചില അടിസ്ഥാന ഘടകങ്ങളും മൗലിക മൂല്യങ്ങളുമുണ്ട്.” ഇവയെ അവഗണിക്കുന്നില്ലെങ്കിൽ ഏതു പരീക്ഷണവും പ്രേക്ഷകർ കൈക്കൊള്ളുമെന്നു തന്നെയാണ് എന്റെ അനുഭവം. പ്രമേയത്തെ അപ്രധാനമാക്കുന്ന തരത്തിലുള്ള അഭ്യാസ പ്രകടനങ്ങളും വിരസമായ ആഖ്യാന ശൈലിയുമാണ് പ്രേക്ഷകനെ ഇന്നു നാടകത്തിൽ നിന്നകറ്റിയിരിക്കുന്നത്. നാടകം പ്രേക്ഷകന്റെ മനസ്സിലാണ് നടക്കേണ്ടത്. പ്രേക്ഷകനെ ‘മാറ്റുക’യാണ് നാടകത്തിന്റെ മൗലികലക്ഷ്യം (കെ എം രാഘവൻ നമ്പ്യാരുടെ തിരഞ്ഞെടുത്ത നാടകങ്ങളുടെ അവതാരികയിൽ നിന്ന്).

നാടകത്തിന്റെ തിരുനെറ്റിയിൽ നാടകകൃത്ത് കുറിച്ചിട്ട ഈ വാക്കുകൾകൂടി നോക്കിയിട്ട് നമുക്കു നാടകത്തിന്റെ ഉള്ളിലേക്ക് കടക്കാം... ഭാരതം ഒരു ജനാധിപത്യ രാഷ്ട്രമാണ്. അഞ്ചുകൊല്ലം കൂടുമ്പോൾ ഇവിടെ തിരഞ്ഞെടുപ്പുകൾ നടക്കുന്നു. എന്നാൽ തിരഞ്ഞെടുപ്പുകളിലൂടെ ജനങ്ങളുടെ ആശയാഭിലാഷങ്ങളാണോ വെളിവാക്കപ്പെടുന്നത്. പണം, മതം, വംശം തുടങ്ങിയ സ്ഥാപിത താല്പര്യങ്ങളാണ് തിരഞ്ഞെടുപ്പുകളെയും ഭരണത്തെയും നിയന്ത്രിക്കുന്നത്. ജനാധിപത്യം നാൾകഴിയും തോറും പ്രഹസനമായി മാറിക്കൊണ്ടിരിക്കുകയാണ്. പാവങ്ങളുടെ മോചനം വ്യാമോഹമായിത്തന്നെ തുടരുന്നു. ‘പാരതന്ത്ര്യം നിനക്കു വിധികല്പിതമാണ്’ എന്ന് മഹാകവിക്കുണ്ടായ ആശങ്ക വിചാരശീലരിലെല്ലാം പടരുന്നു (ഒരുവാക്ക്–നാടകകൃത്ത്).

ഈ പ്രസ്താവനയുടെ നാടകീയ വികാസമാണ് ഈ നാടകത്തിലെ പ്രമേയം. ഏതാണ്ട് അഞ്ചുപതിറ്റാണ്ടിന് മുൻപ് ഇവിടെ താണ്ഡവമാടിയ പഴയ ആ അടിയന്തരാവസ്ഥയുടെ അന്ധകാരപൂർണ്ണമായ അന്തരീക്ഷത്തിലാണ് ഈ നാടകം ആരംഭിക്കുന്നതും മുന്നേറുന്നതും അവസാനിക്കുന്നതും. ഇനി നാടകത്തിലേക്ക്.

നാടകത്തിന്റെ രൂപശില്പം ഒരുക്കിയിട്ടുള്ളത് ഒരു അമേച്വർ നാടകത്തിനോ പ്രൊഫഷണൽ നാടകത്തിനോ ഉപയോഗിക്കാവുന്ന വിധമാണ്. ആദ്യം രംഗസജ്ജീകരണംതന്നെ പരിശോധിക്കാം. നടുവിൽ (രംഗമദ്ധ്യത്ത്) കയറ്റിവച്ച അലങ്കരിച്ച ഒരു കസേര, താഴത്തു രണ്ടു വശത്തും മൂന്നുവീതം സ്റ്റൂളുകൾ, സ്റ്റൂളുകളെല്ലാം കറുത്ത തുണികൾ കൊണ്ട് പൊതിഞ്ഞ് അയഥാർത്ഥ പ്രതീതി ഉണ്ടാക്കണം. പിൻവശത്തും സൈഡിലും കറുത്ത കർട്ടനുകൾ. ഇത്തരം രംഗസജ്ജീകരണത്തിന് നാടക പ്രമേയവതരണത്തിൽ പ്രത്യേക പ്രസക്തിയുണ്ട്. നാടകത്തിൽ കൈകാര്യം ചെയ്യാൻ പോകുന്ന പ്രമേയത്തിന്റെ ഭാവഗൗരവം ധ്വനിപ്പിക്കുന്നതാണ് ഈ പശ്ചാത്തലത്തിലെ കറുപ്പ് നിറം. ഇന്ത്യയുടെ ഇരുണ്ട

ഭാവിയുടെ പ്രതീകാത്മക സൂചന. ഒരു നാടകമർമ്മജ്ഞനുമാത്രം ആവിഷ്കരിക്കാനാവുന്ന അരങ്ങിന്റെ ധ്വന്യാത്മക ഭാഷയാണ് ഞാനതിൽ വായിച്ചെടുക്കുന്നത്. അതീവ സങ്കീർണ്ണവും സംഭവബഹുലവുമായ ഇന്ത്യയുടെ വർത്തമാനകാലചരിത്രം അവതരിപ്പിക്കുവാൻ വെറും ഒൻപതു കഥാപാത്രങ്ങളെയേ നാടകകൃത്ത് ഉപയോഗപ്പെടുത്തുന്നുള്ളു. ആധുനിക നാടകസങ്കേതമുപയോഗിച്ച് ഈ ഒൻപതുപേരെ ഉപയോഗിച്ചാണ് ആധുനിക മഹാഭാരതകഥയിലെ ഒറ്റപ്പെട്ട വ്യക്തികൾ മുതൽ പീഡിതരായ ജനസമൂഹത്തിന്റെവരെ കഥ പറയുന്നത്. ആറു രംഗങ്ങളിലാണ് ഈ ആധുനിക മഹാഭാരതകഥ കൈയൊതുക്കത്തോടെ നാടകകൃത്ത് നമ്മുടെ മുമ്പിലവതരിപ്പിക്കുന്നത്. ആദ്യരംഗത്തിൽ തന്നെ നാടകോദ്ദേശ്യമെന്തെന്ന് അർത്ഥശങ്കയ്ക്കിടയില്ലാത്തവിധം നാടകകൃത്ത് നമ്മോട് തുറന്നു പറയുന്നു.

ജനാധിപത്യത്തിന്റെ പേരിൽ നമുക്കു ലഭിക്കുന്നത് ജനാധിപത്യത്തിന്റെ കുപ്പായമിട്ട അഴിമതികളും, സ്വന്തം സ്ഥാനങ്ങൾ ഉറപ്പിക്കാൻ സ്തുതിപാഠകർ നടത്തുന്ന വ്യാജസ്തുതികളും മതത്തിന്റെയും പണത്തിന്റെയും അവിഹിത ഇടപെടലുകളുമാണെന്ന സത്യം നാടകീയമായി ചുരുളഴിയുന്നതാണ് ആദ്യരംഗം. പ്രസിഡന്റിന്റെ രംഗപ്രവേശനത്തിനുള്ള ഉന്നത ഉദ്യോഗസ്ഥരുടെ (ബ്യൂറോക്രസിയുടെ) സ്തുതി വചനങ്ങളുടെ പശ്ചാത്തലത്തിലാണ് രംഗം ആരംഭിക്കുന്നത്. പ്രസിഡന്റിനെക്കുറിച്ചു നാടകകൃത്ത് പ്രേക്ഷകർക്ക്—വായനക്കാർക്ക്—ഒരു പ്രത്യേക സൂചന നല്കുന്നുണ്ട്: അദ്ദേഹം മുൻ പ്രസിഡന്റിന്റെ മകനാണ്. താൻ മരിച്ചാൽ തന്റെ മകനെ പ്രസിഡന്റാക്കണമെന്ന് ആഗ്രഹിച്ചിരുന്നയാളാണ് മുൻപ്രസിഡന്റ്. അതിനുവേണ്ടി മകനെ ഇംഗ്ലണ്ടിലും അമേരിക്കയിലും അയച്ചു പഠിപ്പിച്ചു. അച്ഛനായ മുൻപ്രസിഡന്റ് മരണപ്പെട്ടതിനെ തുടർന്ന് മകനെ വിദേശത്തുനിന്നും വിളിച്ചുവരുത്തി ജനാധിപത്യപരമായി തിരഞ്ഞെടുപ്പ് നടത്തിയാണ് പ്രസിഡന്റായി തിരഞ്ഞെടുത്തത്. വളരെ കണിശക്കാരനായ പുതിയ പ്രസിഡന്റിന്റെ രംഗപ്രവേശനത്തിലൂടെ നമ്മുടെ ജനാധിപത്യത്തിന്റെ ഉള്ളടക്കവും ഉള്ളുകള്ളികളും തുറന്നു കാട്ടുന്നു. ഇവിടെ സമകാല ഇന്ത്യൻ രാഷ്ട്രീയത്തിലെ എല്ലാ നെറികേടുകളും പ്രേക്ഷകർ നേരിൽ കാണുന്നു.

അധികാരത്തിലെത്തുന്ന ഭരണാധികാരി ആരാണോ അവരെ സുഖിപ്പിച്ചു സ്വന്തം സ്ഥാനമാനങ്ങളും മടിശ്ശീലയും വീർപ്പിക്കുന്ന ഉദ്യോഗസ്ഥ മേധാവികളോട് പുതിയ പ്രസിഡന്റ് ചോദിക്കുന്ന ചില ചോദ്യങ്ങളിലൂടെ ഇന്ത്യൻ ജനാധിപത്യത്തിന്റെ കാപട്യം മുഴുവൻ തുറന്നുകാട്ടപ്പെടുന്നു. പ്രസിഡന്റ് അത്ഭുതത്തോടെ പറയുന്നു. ഭരണാധികാരിയായി തിരഞ്ഞെടുക്കപ്പെട്ട ഞാൻ വായിച്ചത് ആദ്യം ഇന്ത്യൻ ഭരണഘടനയാണ്. അതിലെ ആദ്യവാക്കുകൾ ഇന്ത്യ ഒരു ജനാധിപത്യ മതേതര സോഷ്യലിസ്റ്റ് റിപ്പബ്ലിക് ആണെന്നാണ്. പക്ഷേ, തിരഞ്ഞെടുപ്പിൽ ജയിച്ചുവന്ന സെനറ്റർമാരുടെ ലിസ്റ്റു പരിശോധിച്ചപ്പോൾ അവരിൽ

മൂന്നിൽ രണ്ടുഭാഗവും കോടീശ്വരന്മാർ. ഇതെങ്ങനെ, അപ്പോൾ ഇതാണോ ജനാധിപത്യം. പ്രസിഡന്റിന്റെ ഈ ചോദ്യത്തിൽ നമ്മുടെ ജനാധിപത്യത്തിന്റെ പൊള്ളത്തരം മുഴുവൻ തുറന്നുകാട്ടപ്പെടുന്നുണ്ട്. പ്രസിഡന്റ് പത്രക്കാരോടു പറയുന്ന ചില കാര്യങ്ങൾകൂടി പരിശോധിച്ചാൽ നമ്മുടെ ജനാധിപത്യ പ്രക്രിയയുടെ മുഴുവൻ പൊള്ളത്തരവും വെളിപ്പെടും. പ്രസിഡന്റ് പത്രക്കാരോട് പറഞ്ഞു: ഇവിടെ ജനാധിപത്യം അപകടത്തിലായിരിക്കുന്നു. അതുകൊണ്ട് ഭരണഘടന ഞാൻ മരവിപ്പിക്കുന്നു. അതുകേട്ടു ക്ഷോഭിച്ച പത്രക്കാരോട് താഴെ തന്റെ ദ്രുതകർമ്മ സേന സജ്ജരായി നിലനില്ക്കുന്നുണ്ടെന്നും അവർ നിങ്ങളെ തടങ്കൽ പാളയത്തിലേക്ക് കൂട്ടിക്കൊണ്ടുപൊയ്ക്കോളുമെന്നും പ്രസിഡന്റ് അറിയിച്ചതോടെ പത്രക്കാർ അനുസരണ ശീലരായി മാറുന്നു. അവർ പ്രസിഡന്റിന്റെ പുതിയ ഭരണപരിഷ്കാരങ്ങളെ വാനോളം പുകഴ്ത്തുന്നു.

രണ്ടാം രംഗം നടക്കുന്നത് ഒരു ഉത്തരേന്ത്യൻ ഗൃഹാന്തരീക്ഷത്തിലാണ്. പുതിയ ഭരണപരിഷ്കരണത്തിന്റെ ഫലമായി അനുഭവിക്കേണ്ടി വരുന്ന കഷ്ടപ്പാടുകളും ദുരിതവും മർദ്ദനങ്ങളുമൊക്കെ അതിമനോഹരമായി ആവിഷ്കരിച്ചിരിക്കുന്നു.

മൂന്നാംരംഗം പുതിയ ഭരണപരിഷ്കാരം അനുഭവിക്കേണ്ടി വരുന്ന നാട്ടിലെ ജനങ്ങൾ ശിക്ഷിക്കപ്പെട്ടു കഴിയുന്ന തടങ്കൽ പാളയങ്ങളും അവിടേക്കുള്ള പ്രസിഡന്റിന്റെ സന്ദർശനവും പീഡിതരുടെ പ്രതികരണവുമാണ്.

പ്രസിഡന്റിന്റെ കോൺഫറൻസ് ഹാളാണ് നാലാംരംഗം. പ്രസിഡന്റും ഉദ്യോഗസ്ഥ പ്രമുഖരും നടത്തുന്ന ഭരണകാര്യങ്ങളെക്കുറിച്ചുള്ള ചർച്ചയാണ് ഈ രംഗത്തിൽ. പുതിയ പരിഷ്കരണ നടപടികൾ കാരണം നാട്ടിലെ ജനങ്ങൾ അനുഭവിക്കേണ്ടിവന്ന യഥാർത്ഥ ചിത്രം മനസ്സിലാക്കാൻ ഹൃദയസ്തംഭനം അഭിനയിച്ചു മരിച്ചതായി ഭാവിക്കുന്ന പ്രസിഡന്റിന്റെ ഭൗതികശരീരം ജനങ്ങൾക്ക് ആദരാഞ്ജലി അർപ്പിക്കാൻ പൊതുദർശനത്തിനുവയ്ക്കുന്നു. അപ്പോഴാണ് ജനദ്രോഹത്തിന്റെ യഥാർത്ഥ പ്രതികരണം അറിയുന്നത്.

ജനാധിപത്യസ്ഥാപനങ്ങൾക്കുമേൽ മതവും പണവും (വ്യവസായവും) ചെലുത്തുന്ന അവിഹിതസ്വാധീനത്തെക്കുറിച്ചാണ് അഞ്ചാം രംഗം. ഇതുകണ്ട് മനസ്സുമടുക്കുന്ന പ്രസിഡന്റ് നിലവിലുള്ള സഭ പിരിച്ചുവിട്ട് പുതിയ തിരഞ്ഞെടുപ്പിന് ഉത്തരവിടുന്നു.

പുതിയ തിരഞ്ഞെടുപ്പിൽ പഴയതിനേക്കാൾ ഭൂരിപക്ഷത്തോടെ ജനദ്രോഹിയായ പ്രസിഡന്റ് തന്നെ തിരഞ്ഞെടുക്കപ്പെടുന്നു. ജനസഭയുടെ ഭൂരിപക്ഷവും വർദ്ധിക്കുന്നു. അപ്പോഴാണ് നാടകകൃത്തിനെപ്പോലെ നമ്മളും പറഞ്ഞുപോകുന്നത് 'എന്തിനു ഭാരതധരേ കരയുന്നു.'

ഇന്ത്യൻ ജനാധിപത്യം വെറും പൊള്ളയാണ്. അത് ഏതു കാലത്തും മതത്തിന്റെയും പണത്തിന്റെയും അടിമയാണ്. ജനങ്ങളെ എത്ര ദ്രോഹിച്ചാലും ദ്രോഹിക്കപ്പെടുന്ന ജനങ്ങൾ ജനദ്രോഹികളെത്തന്നെ

വീണ്ടും തിരഞ്ഞെടുക്കും. ഈ വലിയ രാഷ്ട്രീയ സത്യം കലാപരമായി അനായാസമായി ആവിഷ്കരിച്ചിട്ടുള്ള നാടകമാണ് *എന്തിനു ഭാരത ധരേ കരയുന്നു.*

അമേരിക്ക സ്വാതന്ത്ര്യത്തിന്റെ കളിത്തൊട്ടിലിൽ കിടന്നു കൈകാൽ കുടഞ്ഞു കളിക്കുന്ന കാലത്ത് അതിന്റെ പ്രസിഡന്റായിരുന്ന എബ്രഹാം ലിങ്കൺ ജനാധിപത്യ ഗവൺമെന്റുകളെ നിർവ്വചിച്ചത് ഇങ്ങനെയാണ് "Government of the people, by the people, for the people" വർഷങ്ങൾ പലതുകഴിഞ്ഞ് അനുഭവത്തിലൂടെ (ലോകാനുഭവങ്ങളിലൂടെ) മറ്റൊരു ചിന്തകനും ലോകപ്രസിദ്ധ നാടകകൃത്തുമായ ജോർജ്ജ് ബർണാഡ് ഷാ ജനാധിപത്യ ഗവൺമെന്റുകളുടെ നിർവ്വചനം ഇങ്ങനെ തിരുത്തി "Government off the people, buy the people, far the people." ബർണാഡ് ഷായുടെ നിർവ്വചനത്തെ ശരിവയ്ക്കുന്നതാണ് ഇന്ന് ലോകത്തിലെ ജനാധിപത്യ ഗവണമെന്റുകൾ വിശേഷിച്ചും ഇന്ത്യയിലെ ജനാധിപത്യ ഗവൺമെന്റ്.

വളരെ ഗഹനവും സങ്കീർണ്ണവുമായ രാഷ്ട്രീയ വിഷയങ്ങളെ കഥാപാത്രങ്ങളുടെ സംഭാഷണങ്ങളിലൂടെ അനായാസം നാടകകൃത്ത് പ്രേക്ഷകർക്ക് (വായനക്കാർക്ക്) ബോദ്ധ്യപ്പെടുത്തി കൊടുക്കുന്നു. ഇന്ത്യൻ ജനാധിപത്യത്തിന്റെ അപചയം ആരംഭിച്ചത് ഒന്നോ രണ്ടോ ദിവസം കൊണ്ടല്ല. അത് ആരംഭിച്ചത് അതിന്റെ പണാധിപത്യത്തോടുള്ള കൂറും വംശാധിപത്യത്തോടുള്ള അന്ധമായ ആരാധനയുമാണെന്ന ചരിത്രസത്യം നാടകകൃത്ത് നമ്മളോട് വിളിച്ചു പറയുന്നത് എത്ര ചരിത്ര സത്യസന്ധതയോടെയാണ്. നമ്മുടെ ജനാധിപത്യത്തിനുമേലുള്ള ധനികവർഗ്ഗത്തിന്റെ അധീശത്വത്തെ എത്ര ലാഘവ ബുദ്ധിയോടെയാണ് ഇന്ത്യൻ ബ്യൂറോക്രസി ന്യായീകരിക്കുന്നത്. നാടകത്തിലെ ചീഫ് സെക്രട്ടറിയെന്ന കഥാപാത്രം അതിനുകണ്ടെത്തുന്ന ന്യായം ഇങ്ങ നെയാണ്. "അതിൽ ആരും അസൂയപ്പെട്ടിട്ടു കാര്യമില്ല. ജനങ്ങൾക്കു പണക്കാരെ ഇഷ്ടമാണ്. പണവും ഇഷ്ടമാണ്" അപ്പോൾ പ്രസിഡന്റ് ചോദിക്കുന്ന ഒരു മറുചോദ്യമുണ്ട് "അതിനു പണാധിത്യമെന്നല്ലേ പേര്. ഒരേ കുടുംബക്കാർ തന്നെ അധികാരത്തിൽ വരുന്നത് വംശാധിപത്യവും." ഇന്ത്യൻ ജനാധിപത്യത്തിന്റെ അപചയം എങ്ങനെ സംഭവിച്ചു എന്ന മുഴുവൻ കാര്യങ്ങളും ഈ സംഭാഷണത്തിലുണ്ട്. ഇതു രണ്ടുമാണ് ഇന്ത്യൻ ജനാധിപത്യത്തെ ദുർബ്ബലമാക്കിയത് എന്ന രാഷ്ട്രീയ സത്യം ഇതിൽക്കവിഞ്ഞ് ധ്വന്യാത്മകമായി എങ്ങനെയാണവതരിപ്പിക്കുക. ഇതേപോലെ അനേകം സന്ദർഭങ്ങൾ ഉദ്ധരിക്കാനാകും. പരമപ്രധാനമായ രണ്ടു മുഹൂർത്തങ്ങൾകൂടി ഉദ്ധരിച്ചുകൊള്ളട്ടെ. അതിലൊന്നു പത്രസ്വാതന്ത്ര്യത്തെക്കുറിച്ചാണ്. ഭരണകൂടത്തിന്റെ നാലാമത്തെ 'തൂണാണല്ലോ' പത്രസ്ഥാപനങ്ങൾ. പത്രസ്വാതന്ത്ര്യത്തെക്കുറിച്ച് പുരപ്പുറത്ത് കയറിനിന്ന് വിളിച്ച് കൂവുന്ന ബുദ്ധിജീവി നാട്യക്കാരോട് 'പ്രസിഡന്റിൽ' കൂടി നാടകകൃത്ത് ചോദിക്കുന്ന ഒരു ചോദ്യമുണ്ട്.

"നിങ്ങൾക്കൊക്കെ ഇന്ത്യയുടെ സമീപകാലചരിത്രം ഓർമ്മയുണ്ടാകുമെന്ന് കരുതുന്നു. 1975 ൽ ഇതേപോലൊരു സംഭവവികാസം നടക്കുകയുണ്ടായി. അന്നു നിങ്ങളോ നിങ്ങളുടെ പത്രങ്ങളോ പ്രതിഷേധിച്ച് ഒരു വരിപോലും എഴുതിയതായി കണ്ടില്ല." ഇന്ത്യൻ ബുദ്ധിജീവികളുടെ ഭീരുത്വത്തെയും അവസരവാദത്തെയും കാപട്യത്തെയും ഇതിൽക്കൂടുതൽ എങ്ങനെയാണ് അനാവരണം ചെയ്യുക. ഇതുപോലെ പ്രസക്തമായ മറ്റൊരു വിഷയമാണ് ഇന്ത്യയിലെ വർഗ്ഗീയലഹളകൾ. വർഗ്ഗീയലഹളകൾ തനിയെ പൊട്ടിപ്പുറപ്പെടുന്നതല്ല, സ്ഥാനമാനങ്ങൾക്കും പണത്തിനും വേണ്ടി മതവും അധികാരവും ഉണ്ടാക്കുന്നതാണ് എന്ന പരമസത്യം ഈ നാടകം വെളിപ്പെടുത്തുന്നു.

പരീക്ഷണ നാടകത്തിന്റെ ആടയാഭരണങ്ങളില്ലാതെ സമകാലീന ഭാരതം അനുഭവിക്കാൻ പോകുന്ന ഒരു മഹാദുരന്തത്തിന്റെ ശക്തമായ സൂചനകൾ നല്കുന്ന ഒരു രാഷ്ട്രീയ നാടകമാണ് *എന്തിനു ഭാരതധരേ കരയുന്നു.'* കൃതഹസ്തനായ കെ എം ആറിനു തന്റെ കാലത്തിന്റെ ഹൃദയസ്പന്ദനം ആവാഹിച്ചു രംഗവേദിയിൽ അവതരിപ്പിക്കാൻ കഴിഞ്ഞുവെന്നതിൽ അഭിമാനിക്കാം.

കാലത്തിന്റെ കണ്ണാടിയായ ഈ നാടകശില്പം സഹൃദയ സമക്ഷം സമർപ്പിക്കുവാൻ എനിക്ക് അതിയായ സന്തോഷവും അഭിമാനവുമുണ്ട്. എനിക്ക് ഗുരുതുല്യനായ ഈ നാടകാചാര്യന് ഹൃദയംഗമമായ പ്രണാമങ്ങളോടെ സഹൃദയരെ, ഈ നാടകശില്പം ഞാൻ നിങ്ങൾക്കു സമർപ്പിക്കുന്നു.

സ്നേഹാദരപൂർവ്വം
പിരപ്പൻകോട് മുരളി

ആമുഖം

***എ**ന്തിനു ഭാരതധരേ കരയുന്നു* എന്നു തുടങ്ങുന്ന മഹാകവി കുമാരനാശാന്റെ വരികൾ ഒരുകാലത്ത് കേരളത്തിന്റെ മനഃസാക്ഷിയെ മുഴുവൻ പിടിച്ചു കുലുക്കുകയുണ്ടായി. അതിനെത്തുടർന്ന് 'പാരതന്ത്ര്യം നിനക്കു വിധികല്പിതമാണ് തായെ' എന്ന വരി ഒരു ശാപവചനം പോലെ ഭാരതീയരെ മുഴുവൻ ഇപ്പോഴും വേട്ടയാടിക്കൊണ്ടിരിക്കയാണ്. ജനാധിപത്യത്തെ വെറും പ്രഹസനമാക്കി നിർത്തിക്കൊണ്ടു പണാധിപത്യം, മതാധിപത്യം, വംശാധിപത്യം തുടങ്ങിയ അധികാരകേന്ദ്രങ്ങൾ തിരഞ്ഞെടുപ്പടക്കം എല്ലാ സാമൂഹികവ്യാപാരങ്ങളിലും നീരാളിയെപ്പോലെ പടർന്നു കയറിയിരിക്കുന്നു. ഇന്നു കാണുന്ന എല്ലാ സാമൂഹിക ദുരന്തങ്ങളുടെയും ഉറവിടം ജനാധിപത്യത്തിനു വന്നുചേർന്ന ഈ അപചയമാണെന്ന യാഥാർത്ഥ്യത്തിലേക്കു വിരൽചൂണ്ടാൻ ശ്രമിക്കയാണ് ഈ നാടകം.

സമകാലിക നാടകവേദിയെക്കുറിച്ചുള്ള എല്ലാ ചർച്ചകളും 'ക്രാഫ്റ്റ്' അഥവാ സാങ്കേതികതയിൽ തുടങ്ങി അതിൽത്തന്നെ അവസാനിക്കുന്നു. ഉള്ളടക്കം ചർച്ചയിൽ ഒരിക്കലും വിഷയമാകുന്നതേ ഇല്ല. നാടകം ഇന്നു സംവിധായകന്റെ പൂർണ്ണനിയന്ത്രണത്തിലാണ്. ഏതെങ്കിലും പഴയ നോവലിൽ നിന്നോ നാടകത്തിൽ നിന്നോ ഊരിയെടുക്കുന്ന നൂലുകളിൽ പലപ്പോഴും അരോചകങ്ങളും ദുർഗ്രഹങ്ങളുമായ കാഴ്ചകൾ കെട്ടിത്തൂക്കുക എന്നതായിരിക്കുന്നു സംവിധാനം. അതിനായി സംഭാഷണങ്ങൾ എഴുതിക്കൊടുക്കുന്ന അത്രയൊന്നും ആവശ്യമായ ഒരു ഘടകമല്ലാത്ത അവസ്ഥയിലേക്കു ഒതുങ്ങിപ്പോയിരിക്കയാണ് ഇന്നത്തെ നാടകകൃത്തുക്കൾ. തനിക്കു ചില പുതിയ കാര്യങ്ങൾ സമൂഹത്തോടു പറയാനുണ്ടാകുമ്പോൾ അത് എങ്ങനെ പറഞ്ഞാലാണ് പ്രേക്ഷകർക്ക് കൂടുതൽ അനുഭവവേദ്യമാകുക എന്നുമാത്രം ലക്ഷ്യമിട്ട് അതിനാവശ്യമായ പുതുമകൾ

മാത്രം രചനയിൽ ദീക്ഷിച്ച് എഴുതപ്പെടുന്നതാണല്ലോ യഥാർത്ഥ നാടകങ്ങൾ. അവയിൽ അവതരണസമയത്ത് ചെറിയ മാറ്റങ്ങൾ വരുത്തുന്നത് പോലും പഴയകാല നാടകകൃത്തുക്കൾ ഇഷ്ടപ്പെട്ടിരുന്നില്ല. എന്നാൽ ഇത്തരം സ്വതന്ത്രമായ രചനകളൊന്നും ഇന്നു അമേച്വറോ പ്രൊഫഷണലോ ആയ ഏതെങ്കിലും നാടകസംഘം അവതരണത്തിനായി സ്വീകരിക്കുമെന്നു തോന്നുന്നില്ല.

ലാഭം മാത്രം ലക്ഷ്യമാക്കി പ്രവർത്തിക്കുന്ന കൊമേഴ്ഷ്യൽ നാടകവേദിയിൽ സംവിധായകനു പുറമെ നാടകമുതലാളിയും നാടകകൃത്തിന്റെ സ്വാതന്ത്ര്യത്തിൽ ഇടപെടുന്നു. സമ്മാനവും പ്രശസ്തിയും മാത്രം ലക്ഷ്യമാക്കി മത്സരിക്കാനായി നാടകങ്ങളൊരുക്കുന്ന അമേച്വർ നാടകഗ്രൂപ്പുകളിൽ നാടകകൃതിയെ അവഗണിച്ചു സംവിധായകൻ അവതരണഭംഗിയിൽ മാത്രം ശ്രദ്ധിക്കുന്നു. ഫലത്തിൽ നാടകകൃത്തുക്കൾക്കു സ്വതന്ത്രമായി രചന നിർവ്വഹിക്കാൻ കഴിയാത്ത സാഹചര്യമാണ് മലയാള നാടകവേദിയിലുള്ളത്. അതിനായി കുറേയൊക്കെ സഹായകമായിരുന്ന കലാസമിതി പ്രസ്ഥാനവും ഇന്നു നാമാവശേഷമായി. അതുകൊണ്ടുതന്നെ ദാർശനിക മേന്മയുള്ള നാടകങ്ങളൊന്നും പിറവിയെടുക്കാതെ പോകുന്നു. കുറേ ശബ്ദഘോഷങ്ങളും വർണ്ണപ്പൊലിമകളുമായി മിക്ക നാടകങ്ങളും ഒടുങ്ങുന്നു. പുതിയ കാര്യങ്ങൾ പറയാനുണ്ടാകുമ്പോഴാണ് പുതിയ സങ്കേതങ്ങളുണ്ടാകുന്നതെന്നും അത്തരം പുതിയ സങ്കേതങ്ങൾ സൃഷ്ടിച്ചവർ സംവിധായകരല്ല, നാടകകൃത്തുക്കളായിരുന്നെന്നും വിശ്വനാടകവേദിയെക്കുറിച്ചു പഠിച്ചവർക്കെല്ലാം അറിയാവുന്നകാര്യമാണ്. വർത്തമാനകാല യാഥാർത്ഥ്യങ്ങൾക്കുനേരെ പുറംതിരിഞ്ഞു നില്ക്കുന്ന ആധുനിക മലയാള നാടകവേദി നാടകത്തിന്റേതായ അടിസ്ഥാന ഘടകങ്ങളെയും മൗലികലക്ഷ്യങ്ങളെയുമാണ് അവഗണിക്കുന്നതെന്ന് സൂചിപ്പിക്കാൻ ഇത്രയും എഴുതിയതാണ്.

സംഭവിച്ചതും സംഭവിച്ചുകൊണ്ടിരിക്കുന്നതും ഒരുപക്ഷേ, ആസന്ന ഭാവിയിൽ സംഭവിച്ചേക്കാവുന്നതുമായ ഇന്ത്യൻ യാഥാർത്ഥ്യങ്ങളാണ് ഈ നാടകത്തിലെ വിഷയം. പരോക്ഷവും അല്പം അത്യുക്തി കലർന്നതുമായ ഈ നാടകത്തിന്റെ ശൈലി ഏത് സങ്കേതത്തിൽപെടുമെന്നറിയില്ല. പ്രേക്ഷകർക്കായാലും വായനക്കാർക്കായാലും ഒരു നാടകം നല്കേണ്ട അനുഭവജ്ഞാനം ഈ കൃതിയിൽ നിന്നു ലഭിക്കുമെന്നുറപ്പുണ്ട്.

നാടകകൃത്ത്.

എന്തിനു ഭാരതധരേ കരയുന്നു
കഥാപാത്രങ്ങൾ

പ്രസിഡന്റ്
അംഗരക്ഷകൻ 1
അംഗരക്ഷകൻ 2
ഒരു വനിതയടക്കം വിവിധ
കഥാപാത്രങ്ങളായി മാറുന്ന
ആറുപേർ. സംവിധായകന്
വേണമെങ്കിൽ കോറസിന്റെ
എണ്ണം വർദ്ധിപ്പിക്കാം.

രംഗം - 1

നടുവിൽ ഒരു തലം. അതിൽ അലങ്കരിച്ച ഒരു കസേര. താഴത്ത് രണ്ടുവശത്തും മൂന്നുവീതം പീഠങ്ങൾ ത്രികോണാകൃതിയിൽ ഇട്ടിരിക്കുന്നു. പീഠങ്ങളും തലവും കറുത്ത തുണികൊണ്ടുപൊതിഞ്ഞ് അയഥാർത്ഥ പ്രതീതിയുണ്ടാക്കണം. പിൻവശത്തു കറുത്ത കർട്ടൻ. ഇരുവശത്തും കറുത്തതുണികൊണ്ടുള്ള ഫ്രെയിമുകൾ.

കർട്ടനുയരുമ്പോൾ ഒരു വനിതാമന്ത്രിയടക്കം ആറുമന്ത്രിമാർ. ആറു പേരും കർട്ടനു പിന്നിലും സൈഡിലും രംഗത്തുമെല്ലാം ഓടി നടക്കുകയാണ്. എല്ലാം വേണ്ടപോലെ വെച്ചിട്ടുണ്ടെന്നു ഉറപ്പുവരുത്തുകയാണവർ.

മന്ത്രി 1 : എല്ലാം പരിശോധിച്ചല്ലോ?

മന്ത്രി 2 : എല്ലാം ഒ കെ സർ.

മന്ത്രി 1 : എവിടെയും ബോംബെന്നോ മറ്റോ സംശയിക്കുന്ന എന്തെങ്കിലും സാധനം ഇല്ലെന്നു ഉറപ്പുവരുത്തിയല്ലോ?

മന്ത്രി 3 : ആ വഴിക്ക് എന്റെ ചിന്ത പോയില്ല.

മന്ത്രി 1 : നല്ല ആളാ. അതല്ലേ പ്രധാനം.

മന്ത്രി 4 : കിച്ചനും ടൊയലെറ്റും ഒന്നുകൂടി നോക്കിക്കളയാം.

മന്ത്രി 5 : ബഡ്റൂമും ഓഫീസ് റൂമും ഞാൻ നോക്കാം.

(വനിത)

മന്ത്രി 6 : എന്റെ ദൈവമേ! സിറ്റിങ് റൂമിൽ ഒരു പാക്കറ്റ് കണ്ടതാ.

മന്ത്രി 1 : ചെന്നു നോക്കൂ. എല്ലാവരും എല്ലാ സ്ഥലത്തും ഒന്നുകൂടി

അരിച്ചുപെറുക്കി പരിശോധിക്കൂ. (എല്ലാവരും ഒരിക്കൽക്കൂടി ഓടിപ്പോയി തിരിച്ചുവന്നു ഒ കെ പറയുന്നു)

മന്ത്രി 2 : സീനിയർക്കെന്താ ഇത്ര പരിഭ്രമം?

മന്ത്രി 1 : ആള് വളരെ കണിശക്കാരനാണെന്നാ കേൾക്കുന്നത്. അധികാരാരോഹണ ദിവസംതന്നെ എന്തെങ്കിലും നോട്ടപ്പിശകു കണ്ടാൽ കഴിഞ്ഞു. മുപ്പത്തഞ്ചു കൊല്ലമായി കാബിനറ്റിലുള്ള എന്നെപ്പോലുള്ള ഒരാൾ പിന്നെ ജീവിച്ചിരുന്നിട്ടു ഫലമുണ്ടോ.

മന്ത്രി 3 : മുപ്പത്തഞ്ചില്ലെങ്കിലും ഞങ്ങളെല്ലാവരും ഭരണം തുടങ്ങിയിട്ടു കാലം ഏറെയായി.

മന്ത്രി 4 : അത്രയ്ക്കൊന്നും പരിഭ്രമിക്കാനില്ലെന്നേ. പുതിയ പ്രസിഡന്റും ഈ രാജ്യക്കാരൻ തന്നെയല്ലെ.

മന്ത്രി 5 : എന്താ ഈ രാജ്യക്കാരെല്ലാം മണ്ടന്മാരാ?

മന്ത്രി 1 : ഇന്ത്യയിൽ ജനിച്ചുവെന്നേയുള്ളൂ. പഠിച്ചതും വളർന്നതും ജോലി ചെയ്തതും വിദേശരാഷ്ട്രങ്ങളെ മുഴുവൻ ഇവിടെ കൊണ്ടുവരാനുള്ള സാഹചര്യമൊരുക്കിയതും നമ്മുടെ പുതിയ പ്രസിഡന്റാണ്. മതമേലദ്ധ്യക്ഷന്മാരും വ്യവസായികളും സെമിന്ദാർമാരും ബുദ്ധിജീവികളും എന്നുവേണ്ട സകലമാന രാജ്യസ്നേഹികളും നിർബ്ബന്ധിച്ചതിനുശേഷമാണത്രെ അദ്ദേഹം ഈ രാജ്യത്തിന്റെ ഭരണഭാരം ഏറ്റെടുക്കാൻ സമ്മതിച്ചതുതന്നെ.

മന്ത്രി 5 : അതാ തിരഞ്ഞെടുപ്പിൽ ഇത്ര വലിയ ഭൂരിപക്ഷം ലഭിച്ചത്.

മന്ത്രി 6 : നമ്മളും ഈ സ്ഥാനങ്ങളിൽ ഇത്രയും കാലം ഇരിക്കുന്നതും അവരൊക്കെ സഹായിച്ചിട്ടുതന്നെയല്ലെ.

മന്ത്രി 1 : ചർച്ച മതി. മണി കൃത്യം 10. കേട്ടില്ലെ വാദ്യഘോഷം. അദ്ദേഹം എത്തി. എന്നാ കൃത്യനിഷ്ഠ. എല്ലാവരും പൂത്താലങ്ങളുമായി എതിരേല്ക്കാൻ ഒരുങ്ങിക്കൊള്ളൂ.

(മന്ത്രിമാർ താളത്തിന്നനുസരിച്ചു ചുവടുവെയ്ക്കുന്നു. സൗകര്യമുണ്ടെങ്കിൽ പ്രസിഡന്റിനെ സദസ്സിൽക്കൂടി ഉത്സവാഘോഷത്തോടെ പ്രവേശിപ്പിക്കാം. സൈഡിലൂടെ പ്രവേശിപ്പിച്ചു എതിരേല്ക്കലും മറ്റും സംവിധായകന്റെ ഭാവനയ്ക്കനുസരിച്ചു സ്റ്റേജിൽ നിന്നുതന്നെയുമാവാം. സേനാധിപന്മാർക്കും മറ്റു ചേർന്ന സ്ഥാനചിഹ്നങ്ങളോടുകൂടിയതാണ് പ്രസിഡന്റിന്റെ വേഷം. ഇരുവശത്തുമുള്ള അംഗരക്ഷകർക്കും സമൃദ്ധമായതോതിൽ അധികാരചിഹ്നങ്ങളും ആയുധങ്ങളും വേണം. പ്രസിഡന്റ് അലങ്കരിച്ച കസേരയിലും മന്ത്രിമാർ

താഴെ അവർക്കുള്ള ഇരിപ്പിടങ്ങളിലും ഇരിക്കുന്നു. പ്രസിഡന്റിന്റെ ഇരുവശവും ഗംഭീരഭാവത്തോടെ അംഗരക്ഷകർ)

പ്രസിഡന്റ്: (എഴുന്നേറ്റുനിന്ന് രംഗത്തുള്ളവരെയും സദസ്സിനെയും സൂക്ഷിച്ച് നിരീക്ഷിച്ചശേഷം ഗംഭീരമായ ശബ്ദത്തിൽ സംസാരിച്ചു തുടങ്ങുന്നു) സഹപ്രവർത്തകരെ.... സുഹൃത്തുക്കളെ... വളച്ചു കെട്ടില്ലാതെ കാര്യങ്ങളിലേക്കു കടക്കുന്നതാണ് എനിക്കു ശീലം.

മന്ത്രി 1

സീനിയർ: വളച്ചുകെട്ടുക എന്നാൽ വക്രോക്തി. വക്രോക്തിയിലാണ് കാവ്യ സൗന്ദര്യം. അതാണ് രാജ്യത്തിന്റെ ശീലം. അതാണ് ഞങ്ങളുടെ ശീലം. പ്രസിഡന്റ് പുതിയ ആളായതുകൊണ്ട് ഇവിടുത്തെ ശീലങ്ങൾ പറഞ്ഞു തരണമല്ലൊ. (മറ്റു മന്ത്രിമാർ ശരിവെയ്ക്കുന്നു. പ്രസിഡന്റിന് അഹിതമെന്നു തോന്നുന്ന കാര്യങ്ങൾ കേട്ടാൽ അംഗരക്ഷകർ 'അലർട്ട്' ആയിനിന്നു ബൂട്ടുകൊണ്ടിടിക്കുന്നത് അവരുടെ പതിവാണ്. ഇത്തവണ അവരത് ചെയ്യുന്നു)

പ്രസിഡന്റ്: (എല്ലാവരെയും ഒന്നമർത്തി നോക്കിയശേഷം ദൃഢനിശ്ചയത്തോടെ പറയുന്നു) ശീലങ്ങളെല്ലാം മാറിയേ തീരൂ, ഇല്ലെങ്കിൽ മാറ്റും. ഭരണാധികാരിയായി തിരഞ്ഞെടുക്കപ്പെട്ട ആദ്യ ദിവസം തന്നെ ഞാൻ വായിച്ചത് മഹത്തായ ഈ രാജ്യത്തിന്റെ മഹത്തായ ഭരണഘടനയാണ്. ഈ രാജ്യം ഒരു ജനാധിപത്യമതേതര സോഷ്യലിസ്റ്റ് റിപ്പബ്ലിക് എന്നാണ് അതിൽ പ്രഖ്യാപിച്ചിട്ടുള്ളത്. ഇതാണ് ലോകോത്തര ഭരണക്രമമെന്നൊന്നും എനിക്കഭിപ്രായമില്ല. അതല്ല പ്രശ്നം. ഈ ഭരണക്രമത്തിന്റെ അടിസ്ഥാനതത്ത്വങ്ങളായ ജനാധിപത്യവും മതേതരത്വവും സോഷ്യലിസവും എത്രത്തോളം ഇതിനകം നമുക്കു പ്രയോഗത്തിൽ വരുത്താൻ കഴിഞ്ഞിട്ടുണ്ട് എന്നതാണ്. വർഷങ്ങളായി രാജ്യത്തെ നയിച്ചുകൊണ്ടിരിക്കുന്ന സീനിയർ മന്ത്രിയിൽനിന്നും സഹപ്രവർത്തകരിൽനിന്നും എനിക്കു അറിയാനുള്ളത്. ഓരോരുത്തരും അവരവർ കൈകാര്യം ചെയ്യുന്ന വിഷയങ്ങളെക്കുറിച്ചുള്ള റിപ്പോർട്ട് എത്രയും ചുരുങ്ങിയ വാക്കുകളിൽ ഇവിടെ സമർപ്പിക്കണം. (മന്ത്രിമാരെല്ലാം ചുമച്ചു കണ്ഠശുദ്ധി വരുത്തി തലമുടിയും ഡ്രസും നേരെയാക്കി ഫയലും പേനയുമായി സ്മാർട്ടായി നില്ക്കുന്നു)

മന്ത്രി 1 : കഴിഞ്ഞ അറുപത്തഞ്ചു വർഷമായി ആദ്യം പിതാവും പിന്നെ ഞാനുമായി ഈ രാജ്യഭരണത്തിൽ തുടർച്ചയായി പങ്കാളിയാണ്. സഹമന്ത്രിതൊട്ടു പല പല വകുപ്പുകളും മാറി

മാറി ഭരിച്ചു. ഇന്നു സീനിയർ മോസ്റ്റായിരിക്കുന്നു. ഈ രാജ്യം ഇങ്ങനെയാക്കിയതിൽ എനിക്കു മുഖ്യപങ്കുണ്ട്. ഇവിടെ ജനാധിപത്യം സുശക്തമാണ്. അഞ്ചുകൊല്ലം കൂടുമ്പോൾ തിരഞ്ഞെടുപ്പു നടക്കുന്നു. രാജ്യസേവനത്തിനുള്ള എന്റെ അടക്കാനാവാത്ത ദാഹം കണ്ട് എന്റെ പ്രിയപ്പെട്ട ജനങ്ങൾ എന്നെ വീണ്ടും വീണ്ടും അധികാരത്തിലെത്തിക്കുന്നു.

പ്രസിഡന്റ്: പിതാവും പുത്രനും പുത്രന്റെ പുത്രനുമായി ഒരേ കുടുംബക്കാർ തന്നെ അധികാരത്തിൽ വരുന്നത് എങ്ങനെയാ ജനാധിപത്യമാവുക.

മന്ത്രി 1 : അതു വംശാധിപത്യമാണ്. പ്രസിഡന്റിന്റെ നിരീക്ഷണം എത്രയും ശരി. പക്ഷേ, നമ്മുടെ മഹത്തായ രാജ്യത്തിൽ ചില കുടുംബക്കാരോടു വലിയ ഇഷ്ടാ. അതുപോലെ ജനസഭയിൽ മഹാഭൂരിപക്ഷവും കോടീശ്വരന്മാരാ. അതുകൊണ്ട് ഇവിടെ പണാധിപത്യമാണ് എന്നു നിരീക്ഷിക്കാം. എന്നാൽ നമ്മുടെ പ്രിയപ്പെട്ട ജനതയ്ക്കു പണക്കാരോടും അവരുടെ കാറുകളോടും അവരുടെ ബംഗ്ലാവുകളോടും അവരുടെ ആഹാരത്തോടും അവരുടെ നിറത്തോടും അവരുടെ മണത്തോടുമെല്ലാം കടുത്ത ആരാധനയാണ്. അവരുടെ ആരാധനാ സ്വാതന്ത്ര്യത്തിൽ കൈകടത്തുന്നത് ജനാധിപത്യവിരുദ്ധമാവില്ലേ.

പ്രസിഡന്റ്: സീനിയറിന്റെ ജനാധിപത്യ സ്നേഹം പ്രശംസനീയം. ഇനി ആഭ്യന്തര മന്ത്രിയുടെ റിപ്പോർട്ട് കേൾക്കട്ടെ.

മന്ത്രി 2 : സീനിയർ പറഞ്ഞതുപോലെ സംസ്ഥാനത്തും ഇവിടെയുമായി കൊല്ലങ്ങളോളം ഞാനും ഭരണത്തിലുണ്ട്. വർഗ്ഗീയ ലഹളകൾക്കു നടുവിൽനിന്നുകൊണ്ടു സ്വാതന്ത്ര്യക്കൊടി ഉയർത്തിയ ഈ പുണ്യ പുരാതനഭൂമിയിൽ ഇപ്പോഴും ഒരിടത്തല്ലെങ്കിൽ മറ്റൊരിടത്ത് ആ ലഹള തുടർന്നുകൊണ്ടേ ഇരിക്കുന്നു. കൂടാതെ വംശീയലഹള, പ്രാദേശികലഹള, ഭാഷാലഹള, തീവ്രവാദി ലഹള എന്നിങ്ങനെ ലഹളകളുടെ എണ്ണം പെരുകി വരുന്നു. മർദ്ദിച്ചൊതുക്കുംതോറും വർദ്ധിച്ചുവരുന്ന ലഹള.

പ്രസിഡന്റ്: ഈ ലഹളകൾ ഉണ്ടാകുന്നതോ ഉണ്ടാക്കുന്നതോ.

മന്ത്രി 2 : സത്യം പറയാലോ പ്രസിഡന്റേ ഉണ്ടാക്കുന്നതാണ്. സ്ഥാനത്തിനും പണത്തിനും വേണ്ടി. വർഗ്ഗീയ കക്ഷിയുടെ സഹായമില്ലാതെ ജയിച്ച് എനിക്കിവിടെ എത്താൻ കഴിയില്ല. അവരുണ്ടാക്കുന്ന ലഹളയ്ക്കു നേരെ എനിക്കു കണ്ണടയ്ക്കാതിരിക്കാൻ പറ്റ്വോ.

പ്രസിഡന്റ്: നന്നായിട്ടുണ്ട്. ആഭ്യന്തര മന്ത്രി സമർപ്പിച്ചതുപോലുള്ള സത്യസന്ധമായ റിപ്പോർട്ടാണ് ഞാൻ പ്രതീക്ഷിക്കുന്നത്. ഇനി ധനകാര്യ മന്ത്രിക്കു പറയാം.

മന്ത്രി 3 : ഇത്രയും വർഷങ്ങൾ കഴിഞ്ഞിട്ടും 20 കയിൽ താഴെ വരുമാനമുള്ളവരാണ് 85 ശതമാനം ജനങ്ങളും. സാമ്പത്തിക വളർച്ചയുണ്ടാകുന്നുണ്ടെങ്കിലും ഏതാനും വ്യവസായകുടുംബങ്ങളിലേക്കു പോവുകയാ.

പ്രസിഡന്റ്: എന്തുകൊണ്ടു തടയുന്നില്ല.

മന്ത്രി 3 : ഞങ്ങളെയെല്ലാം സ്പോൺസർ ചെയ്യുന്നതുതന്നെ അവരാ... എന്നിട്ടല്ലെ തടയൽ.

പ്രസിഡന്റ്: രാജ്യരക്ഷാസെക്രട്ടറിയുടെ റിപ്പോർട്ട് കേൾക്കട്ടെ.

മന്ത്രി 4 : നാല്പത് കൊല്ലമായി യുദ്ധമില്ല. ആയുധങ്ങളെല്ലാം തുരുമ്പിച്ചുപോയി. എന്നാലും വർഷംതോറും ആയുധങ്ങൾ വാങ്ങുന്നതിൽ ഒരു കുറവും വരുത്തിയിട്ടില്ല. സുഹൃദ് രാജ്യങ്ങളിലെ ആയുധക്കമ്പനികൾ നിലനിർത്തേണ്ടത് നമ്മുടെ കടമയല്ലെ.

പ്രസിഡന്റ്: കടമയെക്കുറിച്ചു നല്ല ബോധമുണ്ട് സെക്രട്ടറിക്ക്. ഇനി വിദ്യാഭ്യാസ–വ്യവസായ–കൃഷിമന്ത്രി പറയട്ടെ. സുപ്രധാനങ്ങളായ ഈ വകുപ്പുകൾ മൂന്നും എങ്ങനെ ഒറ്റയ്ക്കു കൊണ്ടുനടക്കുന്നു.

മന്ത്രി 5 : മൂന്ന് എന്നൊക്കെ പറയാമെന്നല്ലാതെ എല്ലാം ഒന്നാ. എല്ലാറ്റിന്റെയും ലക്ഷ്യം ലാഭം. വിദ്യാഭ്യാസത്തെ ഒരു വ്യവസായമാക്കി മാറ്റുന്നതിൽ വിജയിച്ചിട്ടുണ്ട്. കൃഷിയും വ്യവസായവല്ക്കരിച്ചുകൊണ്ടുവരികയാ. രാജ്യമെങ്ങും വ്യവസായങ്ങൾ തഴച്ചുവളരുകയാ. ഈ വളർച്ചയ്ക്കു പിന്നിൽ ലൈസൻസ് കൊടുക്കുന്നതിലുള്ള എന്റെ ഉദാര നയമാണെന്ന് ആരും പറയും.

പ്രസിഡന്റ്: ലൈസൻസ് കൊടുക്കുന്ന വകയിൽ രണ്ടുലക്ഷം കോടിയും മറ്റും ഒറ്റ ഇനത്തിൽ കൈക്കൂലിയായി വാങ്ങുന്നതിൽ കാണിച്ച അപാരമായ കഴിവിനെ ഞാൻ അഭിനന്ദിക്കുന്നു.

മന്ത്രി 5 : അതൊക്കെ അതിശയോക്തിയാ പ്രസിഡന്റേ വീതം വെയ്ക്കുമ്പോൾ ഒരാൾക്കു ആയിരം കോടി പോലും തികയില്ല.

പ്രസിഡന്റ്: ഇനി നമ്മുടെ ഏക വനിതാ മന്ത്രി വനിതാ ക്ഷേമ വകുപ്പിനെക്കുറിച്ചു പറയട്ടെ.

മന്ത്രി 6 : വനിതകളുടെ സ്വാതന്ത്ര്യവും വിദ്യാഭ്യാസവും ജോലിയും

കൂലിയുമെല്ലാം കണ്ടമാനം വർദ്ധിച്ചിട്ടുണ്ട്. എന്നാൽ അതിനനുസരിച്ച് സ്ത്രീപീഡനങ്ങളും മുറയ്ക്കുവർദ്ധിച്ചിട്ടുണ്ട്.

പ്രസിഡന്റ്: സ്ത്രീകൾക്കുള്ള സ്വാതന്ത്ര്യം വർദ്ധിച്ചതാണോ സ്ത്രീപീഡനങ്ങൾക്കുകാരണം.

മന്ത്രി 6 : വേണ്ടാത്ത ദുർവ്യാഖ്യാനങ്ങളൊന്നും കൊടുക്കല്ലെ സർ. ആറാംതവണയും എനിക്കു ജയിച്ചു കയറി ഈ സ്ഥാനത്തു എത്തേണ്ടതാ.

പ്രസിഡന്റ്: ഒ കെ. ഒ കെ... അപ്പോൾ റിപ്പോർട്ട് സമർപ്പണം കഴിഞ്ഞിരിക്കുന്നു.

മന്ത്രി 1 : ബൈ ദ ബൈ.. ഒരു പ്രധാന കാര്യം വിട്ടുപോയി. നമ്മുടെ രാജ്യം കൈവരിച്ച ഒരു മഹത്തായ നേട്ടം ശ്രദ്ധയില്പെടുത്താതിരിക്കുന്നത് ശരിയല്ല. സ്വാതന്ത്ര്യം കിട്ടുമ്പോൾ രാജ്യത്തെ ജനസംഖ്യ വെറും നാല്പതു കോടിയായിരുന്നു. ഈ അറുപത്തഞ്ചു വർഷംകൊണ്ട് അത് മൂന്നിരട്ടിയായി വർദ്ധിപ്പിക്കാൻ കഴിഞ്ഞു. ഏതാണ്ട് 120 കോടി.

പ്രസിഡന്റ്: ഏതാണ്ടോ? കൃത്യമായി പറയൂ.

മന്ത്രി 1 : ദാ ഇപ്പോൾ പറയാം. ടേ, ആ പ്രൈവറ്റ് സെക്രട്ടറി എവിടെ. ആവശ്യത്തിന് ഒന്നിനേം കാണില്ല.

പ്രസിഡന്റ്: സെക്രട്ടറിയെ വിളിക്കേണ്ട. ഞാൻ പറയാം. കൃത്യമായ കണക്ക്. 120 കോടി 4 ലക്ഷം. എത്ര?

മന്ത്രി 1 : നൂറ്റിഇരുപതുകോടി നാലുലക്ഷം. (എല്ലാവരും ചിരിക്കുന്നു) നാലുലക്ഷത്തിന്റെ കുറവേ ഉള്ളൂ. ലോകത്തിൽ നമുക്കു ജനസംഖ്യയിൽ രണ്ടാം സ്ഥാനം നേടാൻ കഴിഞ്ഞത് ചില്ലറ നേട്ടമല്ല. അടുത്ത സെൻസസിൽ ഞാൻ അത് ഒന്നാം സ്ഥാനത്തെത്തിക്കുമെന്ന കാര്യത്തിൽ സംശയിക്കേണ്ട.

പ്രസിഡന്റ്: (അർത്ഥം വെച്ചു) ജനസംഖ്യാ വർദ്ധന വലിയ നേട്ടമാണല്ലെ?

മന്ത്രി 1 : (ഉത്സാഹം മങ്ങി) പ്രസിഡന്റിന്റെ സൂചന മനസ്സിലായി. ഇവറ്റകൾക്കൊക്കെ ഭക്ഷണവും വസ്ത്രവും പാർപ്പിടവും മറ്റും ആരുണ്ടാക്കുമെന്നല്ലെ. അതൊന്നും നാമത്ര കാര്യമാക്കേണ്ട. നമുക്കു ലോകരാഷ്ട്രങ്ങൾക്കിടയിലുള്ള സ്ഥാനമാണ് പ്രധാനം.

പ്രസിഡന്റ്–മതി. എനിക്കറിയേണ്ട കാര്യങ്ങൾ മിക്കവാറും ലഭിച്ചുകഴിഞ്ഞു. ഇനി നിങ്ങൾക്കു പോകാം. അഞ്ചു മിനിട്ടു കഴിഞ്ഞു പത്രസമ്മേളനം. അവരൊക്കെ എത്തിയോ എന്നു അന്വേഷിച്ചോളൂ.

(മന്ത്രിമാർ പോകുന്നു. പ്രസിഡന്റും അംഗരക്ഷകന്മാരും രംഗത്ത്)

പ്രസിഡന്റ്: ആവശ്യത്തിലേറെ ചാനലുകളും പത്രങ്ങളുമുള്ള നാടാ ഇത്. എല്ലാവർക്കും വേണ്ട സൗകര്യങ്ങളുണ്ടല്ലോ? ചാനലുകാർ ഏറ്റവും പുറകിൽ. മുഖ്യമായ പത്രങ്ങളുടെ പ്രതിനിധികൾ മുമ്പിൽ. പ്രചാരത്തിനനുസരിച്ചു പിന്നിലായി ബാക്കിയുള്ള വർ അണിനിരക്കണം. നിങ്ങൾ എന്റെ അംഗരക്ഷകർ മാത്ര മല്ല.

അംഗ 1 : വിശ്വസ്തരായ ഉപദേശകരും.

അംഗ 2 : പ്രത്യേക പരിശീലനം നേടിയ ഉപദേശകർ.

പ്രസിഡന്റ്: അതെ. മന്ത്രിമാരുടെ റിപ്പോർട്ടുകൾ ശ്രദ്ധിച്ചുകാണുമല്ലോ. എന്തു തോന്നി.

അംഗ 1 : ഒരാൾക്കും രാജ്യത്തോടു കൂറില്ലെന്നു തോന്നി.

അംഗ 2 : കൂറു സ്വന്തം സ്ഥാനത്തോടും ധനത്തിനോടുമാണെന്നും തോന്നി.

പ്രസിഡന്റ്: എനിക്കും അതുതന്നെ തോന്നുന്നു.

അംഗ 1 : ജനാധിപത്യം വെറും പ്രഹസനം.

അംഗ 2 : വോട്ടെടുപ്പ് വെറും യാന്ത്രികം.

അംഗ 1 : മതേതരത്വം കാപട്യം.

അംഗ 2 : വർഗ്ഗീയതയുടെ മുഖംമൂടി.

അംഗ 1 : പണം സമൂഹത്തിന്റെ ചാലകശക്തി.

അംഗ 2 : ഭരണവർഗ്ഗത്തെ നയിക്കുന്നത് ആർത്തി.

അംഗ 1 : സോഷ്യലിസം ഇവിടെ സ്വപ്നം പോലുമല്ലാതായി.

അംഗ 2 : പ്രതികരണശേഷി ധരിച്ച ഒരു ജനത.

പ്രസിഡന്റ്: അതെ. സർവ്വത്ര വഞ്ചന കാപട്യനാട്യം. ഈ അവസരം ഉപയോഗിച്ചു രാജ്യത്തെ കീഴ്പ്പെടുത്താത്തവൻ ഭരണാധി കാരിയോ? (വീണ്ടും വീണ്ടും പൊട്ടിച്ചിരിക്കുന്നു. അംഗരക്ഷ കരും കൂടെ ചിരിക്കുന്നു) പത്രക്കാരോടു വരാൻ പറയൂ.

(അംഗരക്ഷകൻ പുറത്തുപോയി പത്രക്കാരുമായി വരുന്നു. മന്ത്രിമാർതന്നെ ഓവർക്കോട്ടും തൊപ്പിയും മാറ്റിവെച്ചു പൈജാമയും ജൂബ്ബയും മാത്രം ധരിച്ചു കൈയിൽ പാഡും നെഞ്ചിൽ ഐഡന്റിറ്റി കാർഡുമായാൽ പത്രക്കാരായി. വനിതാ മന്ത്രിക്കും ഉചിതമായ വേഷമാറ്റം. പത്രസമ്മേളന ത്തിന്റെ സ്വാഭാവികത കൈവരാൻ വേണമെങ്കിൽ കൂടുതൽ പേരെവിന്യസിക്കാം)

പ്രസിഡന്റ്: രാജ്യനന്മയുടെ കാവല്ക്കാരായ പത്രപ്രതിനിധികളെ... രംഗ

ത്തുള്ളവർക്കു പുറമെ മുമ്പിലും സൈഡിലുമെല്ലാം പത്രക്കാർ ഇരുന്നിട്ടുണ്ടെന്ന് പ്രസിഡന്റിന്റെ നോട്ടത്തിലൂടെ ബോദ്ധ്യപ്പെടണം)

പത്രം 1 : ഇതുകഴിഞ്ഞു ഞങ്ങൾക്കു വേറെ പല പരിപാടികളും ഉള്ളതാ. ഒന്നു വേഗം പറഞ്ഞു തീർത്താൽ കൊള്ളാം. (അംഗരക്ഷകരുടെ ബൂട്ടടി ശബ്ദം)

പ്രസിഡന്റ്: ഇതിലും പ്രധാനമായ ഒരു പ്രസ് കോൺഫറൻസ് ഇന്നേതായാലും ഉണ്ടാവാനിടയില്ല. പുതുതായി ഭരണഭാരം ഏറ്റെടുത്ത എനിക്കു വളരെ സുപ്രധാനമായ ചില കാര്യങ്ങളാണ് പറയുവാനുള്ളത്.

പത്രം 2 : ആമുഖം അധികം വേണ്ട. ഞങ്ങൾ അല്പം തിരക്കിലാ.

പത്രം 3 : ഇപ്പോൾ വാർത്താശേഖരമല്ല. വാർത്താനിർമ്മാണമാണെന്നറിയാമല്ലോ.

പ്രസിഡന്റ്: എല്ലാമറിയാം. നിങ്ങളുടെ നിർമ്മാണപ്രവൃത്തികൾക്കും തിരക്കുകൾക്കും ആശ്വാസം പകരുന്ന തീരുമാനങ്ങളായിരിക്കും ഇപ്പോൾ പറയാൻ പോകുന്നത്.

പത്രം 4 : അതൊരു ഭയങ്കര തീരുമാനമാണെന്നാണ് തോന്നുന്നത്. (എല്ലാവരും ചിരിക്കുന്നു)

പത്രം 5 : അതൊന്നു പുറത്തേക്കുതള്ളൂ. എന്റെ സാറെ.

പത്രം 6
(വനിത) : പത്രലേഖകർക്കും ജനസഭയിലെ അംഗങ്ങളുടെ ആനുകൂല്യങ്ങൾ നല്കിയാൽ സാറു പറയുന്നതുപോലെ നമ്മയുടെ കാവല്ക്കാരായി ഞങ്ങൾ അടിച്ചു പൊളിക്കും.

പത്രം 1 : താനൊന്നുമിണ്ടാതിരിക്കുന്നുണ്ടോ. സാറു തീരുമാനമറിയിക്കട്ടെ.

പ്രസിഡന്റ്: ഇവിടെ ജനാധിപത്യവ്യവസ്ഥിതി അപകടാവസ്ഥയിലാണ്. ജാതി–മത–വർഗ്ഗ–വംശ–ഭാഷ–തീവ്രവാദി ലഹളകളാൽ ആഭ്യന്തര സമാധാനം വഷളായിക്കൊണ്ടുവരുന്നു. ഇവയുടെ പിന്നിൽ പ്രവർത്തിക്കുന്നത് സ്വാർത്ഥമോഹികളായ ഭരണവർഗ്ഗം തന്നെയാണ്. അതുകൊണ്ടു രാജ്യഭാരം പൂർണ്ണമായും ഇപ്പോൾ മുതൽ എന്റെ നിയന്ത്രണത്തിലായിരിക്കും. ഭരണഘടന മരവിപ്പിക്കുന്നു.

(ഇതുകേട്ടതും പത്രലേഖകന്മാർ പ്രതിഷേധാട്ടഹാസങ്ങളോടെ ഇരുന്നേടത്തു നിന്നു ചാടി പ്രസിഡന്റിന്റെ മുമ്പിൽ താഴെ പറയുന്ന വാക്കുകളും ചീറ്റലുകളും മുഷ്ടിചുരുട്ടലുകളും മറ്റുമായി ഭയജനകമായി ബഹളം വെയ്ക്കുന്നു. പ്രസി

ഡന്റ് അക്ഷോഭ്യനായി ശിരസ്സു താഴ്ത്തിനില്ക്കുന്നു. ബൂട്ടു കൊണ്ടുള്ള ശബ്ദം നിഷ്ഫലമെന്നു കണ്ടു മുന്നോട്ടു നീങ്ങാനാഞ്ഞ അംഗരക്ഷകരെ പ്രസിഡന്റ് കൈയുയർത്തി തടയുന്നു)

പത്രം 1 : എന്ത്! രാജ്യം ഏകാധിപത്യത്തിലേക്കോ?

പത്രം 2 : ഭരണഘടന സസ്പെന്റ് ചെയ്തെന്നോ?

പത്രം 3 : ഇത്തരം തോന്ന്യവാസം കാട്ടാനല്ല ജനങ്ങൾ ബഹുഭൂരിപക്ഷത്തോടെ തെരഞ്ഞെടുത്തത്.

പത്രം 4 : ജനാധിപത്യം ജീർണ്ണിച്ചതിനു ഏകാധിപത്യമല്ല പ്രതിവിധി.

പത്രം 5 : നിങ്ങളുടെ മോഹം ഈ രാജ്യത്ത് വിലപ്പോവില്ല.

പത്രം 6 : പ്രശ്നങ്ങൾ ജനാധിപത്യ രീതിയിൽ പരിഹരിക്കാൻ കഴിയില്ലെങ്കിൽ രാജിവെച്ചുപോവുകയാണ് വേണ്ടത്.

പത്രം 1 : ഏകാധിപത്യം ഇവിടെ വിലപ്പോവില്ല.

പത്രം 2 : ദാ ഇതുകണ്ടോ (എല്ലാവരും പേന ഉയർത്തിപ്പിടിക്കുന്നു.) രാജ്യത്തിനുവേണ്ടി ജീവൻ ബലികഴിച്ചവരുടെ ചോരയാണ് ഇതിൽ നാളെ കാണാം.

പത്രം 1 : കൊന്നു തൊലിയുരിച്ചു തരും.

പത്രം 2 : നാണംകെട്ടു പുറത്തിറങ്ങില്ല.

പത്രം 3 : സിംഹാസനത്തിൽ എത്രകാലം ഇരിക്കുമെന്നു കാണാമല്ലൊ.

പത്രം 4 : ജനം പട്ടിയെപ്പോലെ കല്ലെറിഞ്ഞുകൊല്ലും.

പത്രം 5 : ഭ്രാന്തൻ നായയെപ്പോലെ കെട്ടിവലിക്കും.

പത്രം 6 : ഒരു തോക്കുണ്ടായിരുന്നെങ്കിൽ ഇയാളുടെ കഥ ഇപ്പോൾത്തന്നെ തീർക്കുമായിരുന്നു. (ക്ഷോഭം പതുക്കെ കെട്ടടങ്ങുന്നു. എല്ലാവരും തളർന്ന് അതാത് സ്ഥാനങ്ങളിൽ ചെന്നിരുന്നു കിതയ്ക്കുന്നു)

പ്രസിഡന്റ്: ക്ഷോഭം അടങ്ങിയെന്നു ഞാൻ കരുതുന്നു. നിങ്ങൾക്ക് ഇത്രമാത്രം. രാജ്യസ്നേഹവും ജനാധിപത്യബോധവുമുണ്ടെന്നു ഞാൻ കരുതിയില്ല. നിങ്ങൾക്കൊക്കെ ഈ രാജ്യത്തിന്റെ സമീപകാല ചരിത്രം ഓർമ്മയുണ്ടാകുമെന്നു കരുതുന്നു. ഇതുപോലുള്ള സംഭവം ഇതിനുമുമ്പും ഇവിടെയുണ്ടായിട്ടുണ്ട്. അന്നു നിങ്ങളോ നിങ്ങളുടെ പത്രങ്ങളോ പ്രതിഷേധിച്ച് ഒരു വരിപോലും എഴുതിയതായി കണ്ടിട്ടില്ല.

പത്രം 1 : എങ്ങനെ എഴുതാനാ. പ്രതിഷേധിക്കുമെന്ന് സംശയം തോന്നിയവരെയെല്ലാം തലേന്ന് രാത്രിയിൽത്തന്നെ ജയിലി

ലാക്കിയിരുന്നില്ലേ.

പത്രം 2 : ബാക്കിയുള്ളവർ കുഞ്ഞുകുട്ടികളെ ഓർത്തു മിണ്ടാതിരുന്നു.

പത്രം 3 : പ്രഗത്ഭനായ ഞങ്ങളുടെ പത്രാധിപർ പൊലീസുകാരന്റെ മുമ്പിൽ ചെന്നു പരിശോധനയ്ക്കായി മാറ്റർ സമർപ്പിക്കുന്ന രംഗം ഓർക്കുമ്പോൾ ഇപ്പോഴും കരച്ചിൽ വരും.

പ്രസിഡന്റ്: ഇതൊക്കെ അറിവുള്ള നിങ്ങൾ ഇപ്പോൾ ഇവിടെ കിട്ടിയ ഗോഷ്ടികൾ എന്തിനായിരുന്നു. (എല്ലാവരും പരസ്പരം നോക്കുന്നു)

പത്രം 4 : ഒന്നു പരീക്ഷിച്ചതാ.

പത്രം 5 : പരീക്ഷയിൽ ഞങ്ങൾ തോറ്റു.

പത്രം 6 : ഞങ്ങൾ എന്തെല്ലാം പറഞ്ഞു. കമാ മിണ്ടിയോ.

പ്രസിഡന്റ്: എന്തുചെയ്യാം ഞാൻ മുൻപറഞ്ഞ ഭരണാധികാരിയുടെയത്ര കഴിവില്ലാത്തവനായിപ്പോയി. ഏതായാലും ഇന്നലെ രാത്രി തന്നെ ചെയ്യേണ്ട ഒരു കാര്യം ഞാനിപ്പോൾ ചെയ്യുന്നു. താഴത്ത് എന്റെ ദ്രുതകർമ്മസേന കെട്ടിടം വളഞ്ഞുനി ല്പുണ്ട്. നിങ്ങൾക്കെല്ലാം അവരുടെകൂടെ പോകാം. അവർ നിങ്ങളെ ഭദ്രമായി ജയിലിൽ പാർപ്പിക്കും (പത്രക്കാരാകെ വീണ്ടും ഇളകുന്നു. ഇപ്പോൾ വിലാപമാണ്. എല്ലാവരും പ്രസിഡന്റിന്റെ മുമ്പിൽ ചെന്നു കൈകൂപ്പുകയും മാപ്പിരക്കു കയും കാല് പിടിക്കുകയും മറ്റും ചെയ്യുന്നു) അപ്പോൾ നിങ്ങൾക്കാർക്കും ജയിലിൽ പോകേണ്ട.

എല്ലാവരും : അയ്യോ വേണ്ട സാർ...

പ്രസിഡന്റ്: പ്രതിഷേധിച്ചതെല്ലാം...

എല്ലാവരും :വെറുതെ വിവരക്കേട്.

പത്രം 1 : സാറ് ധൈര്യമായിമുമ്പോട്ടു പോയാട്ടെ. ഞങ്ങൾ എല്ലാറ്റിനും കൂടെയുണ്ട്.

പ്രസിഡന്റ്: ശരി. ഒരു ക്ഷേമരാഷ്ട്രം ലക്ഷ്യമാക്കി ഞാനിവിടെ ഏതാനും ഭരണപരിഷ്കാരങ്ങൾ പ്രഖ്യാപിക്കുകയാണ്. എല്ലാറ്റിന്റെയും പ്രസക്തിയും ഗണവും പെരുപ്പിച്ചു ജനങ്ങളിലെത്തിക്കേണ്ട തിന്റെ ഉത്തരവാദിത്വം നിങ്ങൾക്കാണ്.

പത്രങ്ങൾ : ഞങ്ങളത് പ്രവൃത്തിയിൽ കാണിച്ചുതരും.

പ്രസിഡന്റ്: ഗുഡ്. ഇന്ത്യയിലെ ജനസംഖ്യ വർദ്ധിച്ചു വരികയും അതി നനുസരിച്ചു ഭക്ഷണം, വസ്ത്രം, പാർപ്പിടം വിദ്യാഭ്യാസസൗ കര്യം തുടങ്ങിയവ വർദ്ധിക്കാതിരിക്കുകയും ചെയ്യുന്നതാണ് രാജ്യപുരോഗതിക്കു പ്രധാന തടസ്സം. അതുകൊണ്ടു ജന സംഖ്യ ഗണ്യമായതോതിൽ കുറയ്ക്കാൻ ഞാൻ നിശ്ചയി

ച്ചിരിക്കുന്നു. ആദ്യനടപടിയായി അഞ്ചുകൊല്ലത്തേക്ക് പ്രസവം നിരോധിക്കും (ഓരോ പരിഷ്കാരം പ്രഖ്യാപിക്കുമ്പോഴും പത്രങ്ങൾ അറിയാതെ എതിരായി പ്രതികരിക്കുകയും പെട്ടെന്ന് ഭവിഷ്യത്തോർത്ത് അടങ്ങുകയും ചെയ്യുന്നത് കാണാം) ഭയപ്പെടേണ്ട. പ്രസവിക്കേണ്ടവർക്ക് അതാവാം. എന്നാൽ ആദ്യപ്രസവത്തിന് അഞ്ചുലക്ഷവും രണ്ടാമത്തെ പ്രസവത്തിനു പത്തു ലക്ഷവുമെന്ന തോതിൽ സർക്കാരിലേക്കു പിഴയടയ്ക്കണമെന്നുമാത്രം.

പത്രം 1 : ഒരു വെടിക്കുമൂന്നുപക്ഷി. ജനസംഖ്യകുറയ്ക്കാം. പണക്കാരികൾ മാത്രം പ്രസവിക്കും. അമുൽ ബേബികളെ മാത്രം സൃഷ്ടിച്ചു രാജ്യത്ത് ഗുണമേന്മയുള്ള ഇനം പൗരന്മാരെ വിരിയിച്ചെടുക്കാം.

പത്രം 2 : അപാരബുദ്ധി

പ്രസിഡന്റ്: വിദ്യാഭ്യാസം മുഴുവൻ സ്വകാര്യ മാനേജ്മെന്റിനെ ഏല്പിക്കുക. അവർക്ക് ഇഷ്ടംപോലെ ഫീസുചുമത്താം. പണമുള്ളവർ മാത്രം പഠിച്ചാൽ മതി.

പത്രം 3 : അപ്പോൾ പാവപ്പെട്ട കുട്ടികൾ!

പ്രസിഡന്റ്: അവർക്കു കൃഷിപ്പണി. വിദ്യാഭ്യാസം സിദ്ധിക്കുന്നവർ കൃഷിപ്പണി ചെയ്യാൻ കാണിക്കുന്ന വൈമനസ്യം അങ്ങനെ പരിഹരിക്കാം.

പത്രം 4 : എത്ര വേഗമാ ഓരോ പ്രശ്നം പരിഹരിച്ചുവിടുന്നത്. കഴിവ് അപാരം.

പ്രസിഡന്റ്: കൃഷിയും ചെറുകിട വ്യാപാരവും വൻകിട വ്യവസായികളെ ഏല്പിക്കാം. ഏവർക്കും ചുരുങ്ങിയകൂലിക്ക് ഇവിടെ ആളുകളെ ലഭിക്കും. ഇവിടുത്തെ തൊഴിലില്ലായ്മ എന്ന പ്രശ്നവും പരിഹരിക്കാം.

പത്രം 5 : കഴിഞ്ഞ 65 വർഷമായി രാജ്യത്തെ അലട്ടിക്കൊണ്ടിരിക്കുന്ന ഏറ്റവും വലിയ പ്രശ്നമാ തൊഴിലില്ലായ്മ. അതാ ഇപ്പോൾ നിശ്ശേഷം പരിഹരിക്കപ്പെട്ടത്.

പത്രം 6 : ഈ ഒരൊറ്റ വിജയത്തിൽത്തന്നെ അങ്ങു നോബൽ പ്രൈസ് നേടും.

പ്രസിഡന്റ്: അതും നിങ്ങൾക്കു എഴുതാമല്ലോ. നിങ്ങൾ വിചാരിച്ചാൽ ഏത് ആടിനെയാ ആനയാക്കാൻ പറ്റാത്തത്.

പത്രം 1 : ഇപ്പോൾത്തന്നെ ആനയായിട്ടുള്ള ആളെ പിന്നെ എന്താണാക്കുക.

പത്രം 2 : ഇമ്മിണി ബല്യ ആന.

പ്രസിഡന്റ്: മതി. തമാശ പറയാനുള്ള സ്ഥലമല്ല ഇത്. തല്ക്കാലം ഇത്രയും മാറ്റം വരുത്താനാണുദ്ദേശിക്കുന്നത്. ശേഷം അടുത്ത കോൺഫറൻസിൽ പ്രഖ്യാപിക്കും. നിങ്ങൾ തിരിച്ചുപോകുമ്പോൾ എന്റെ പ്രതിനിധി ഓരോ പത്രമാപ്പീസിലും ഇരിക്കുന്നത് കാണാം. മാറ്റർ അവരെ കാണിച്ച് അനുവാദം വാങ്ങിയ ശേഷം മാത്രം അച്ചടിക്കുക. (എല്ലാവരും പ്രസിഡന്റിന്റെ അടുത്തുവന്നു. അയാളെ സന്തോഷിപ്പിക്കാനുള്ള അടവുകൾ പലതും പയറ്റുന്നു)

പത്രം 1 : സാറ് എന്റെ പത്രത്തിന് എക്സിക്യൂട്ടീവായി ഒരു ഇന്റർവ്യൂ തരണം.

പത്രം 2 : എനിക്കു സാറിനെക്കുറിച്ച് ഒരു ഫീച്ചർതന്നെ ചെയ്യണമെന്നുണ്ട്. എപ്പഴാ സർ സൗകര്യപ്പെടുക.

പ്രസിഡന്റ്: മതി മതി. തല്ക്കാലം ഒന്നുരണ്ടു മാസത്തേക്കു ഒന്നുമില്ല. രാജ്യത്തെ അടുമുടി മാറ്റിയെടുക്കാനുള്ള കർത്തവ്യത്തിൽ ഞാൻ മുഴുകാൻ പോവ്വാ. (എല്ലാവരും ഒരിക്കൽക്കൂടി പ്രസിഡന്റിനെ വന്ദിച്ച് ആദ്യം വരുമ്പോഴുള്ള ഉത്സാഹമെല്ലാം നശിച്ചു തലയും തൂക്കിയിട്ടു നടന്നുപോകുന്നു)

പ്രസിഡന്റ്: (അംഗരക്ഷകരോടായി) ഇനിയാണ് ചാരവിഭാഗം ഉണർന്ന് പ്രവർത്തിക്കേണ്ടത്. എല്ലാവരെയും സംശയിക്കുക. (അംഗരക്ഷകർ മാർച്ച് ചെയ്തുപോകുന്നു. പ്രസിഡന്റ് സംതൃപ്തിയോടെ കസേരയിൽ ചെന്നിരിക്കുന്നതോടെ രംഗം ഇരുളുന്നു).

രംഗം – 2

(ഒരു ഉത്തരേന്ത്യൻ കർഷകന്റെ ഗ്രാമീണ വസതി. തലം ഇപ്പോൾ അകത്തളമാണ്. പാത്രങ്ങളും വീട്ടുപകരണങ്ങളുമാണ് അതിന്റെ മുകളിൽ. രംഗത്ത് ഒന്നോ രണ്ടോ ഇരിപ്പിടങ്ങൾ.

പ്രകാശം പരക്കുമ്പോൾ യുവത്വം വിട്ടുമാറാത്ത സുന്ദരിയായ മദ്ധ്യ വയസ്സുള്ള ഒരു സ്ത്രീ ആരെയോ പ്രതീക്ഷിച്ചെന്നപോലെ ഉൽക്ക ണ്ഠാകുലയായി നില്ക്കുന്നു. അല്പം കഴിഞ്ഞു താടിയും തലയും നീട്ടിയ ഒരു വൃദ്ധൻ പ്രവേശിക്കുന്നു. അംഗരക്ഷകരിൽ ഒരാൾ വേഷം മാറിവന്നതാണ്. ദേഹം ഒരു ഷാൾകൊണ്ടു പുതച്ചിട്ടുണ്ട്)

വൃദ്ധൻ : കാന്തിലാലിന്റെ വീടല്ലെ ഇത്.

ദുർഗ്ഗ : അതെ. നിങ്ങൾ..

വൃദ്ധൻ : അദ്ദേഹത്തെ കാണാൻ വന്നതാ. വിളിക്കൂ.

ദുർഗ്ഗ : അദ്ദേഹം ഇവിടെ ഇല്ല.

വൃദ്ധൻ : എവിടെ പോയതാ.

ദുർഗ്ഗ : പൂനയിൽ മെഡിക്കൽ കോളേജിൽ പഠിക്കുന്ന മകനെ അന്വേഷിച്ചുപോയതാ. ഒരാഴ്ചയായി അവനെ കാണാനി ല്ലെന്ന് പ്രിൻസിപ്പാൾ അറിയിച്ചു.

വൃദ്ധൻ : ഈശ്വരാ... എന്റെ മകനും അവിടെയാ പഠിക്കുന്നത്. അവ നെയും കാണാനില്ലത്രെ. അപ്പോഴാണ് കാന്തിലാൽ എന്നൊ രാളുടെ മകനും അവിടെ പഠിക്കുന്നുണ്ടെന്നറിഞ്ഞത്. അദ്ദേ ഹത്തോടന്വേഷിച്ചാൽ വിവരമറിയാമല്ലൊ എന്നു കരുതി വന്നതാ....

ദുർഗ്ഗ : എൻട്രൻസ് പരീക്ഷയിൽ മൂന്നാംറാങ്ക് നേടിയവനാ എന്റെ മകൻ. അങ്ങനെയുള്ളവർക്കു ചുരുങ്ങിയ ഫീസു കൊടുത്താൽ പഠിക്കാൻ കഴിയുമെന്ന് അറിഞ്ഞാ അവനെ അവിടെ ചേർത്തത് ഫീസ് ഇപ്പോൾ മൂന്നുലക്ഷമായി വർദ്ധിപ്പിച്ചിരിക്കയാ. പാവപ്പെട്ട കുട്ടികൾ എവിടെനിന്നുണ്ടാക്കാനാ.

വൃദ്ധൻ : എന്റെ ഏറ്റവും ഇളയമകനാ. താലോലിച്ചാ വളർത്തിയത്. എൻട്രൻസിൽ അവനും നല്ലമാർക്കാ. അതാ അവനെയും അവിടെ അയച്ചത്. എന്റെ പൊന്നുമോനെ അവർ എന്തു ചെയ്തുവോ ആവോ.

ദുർഗ്ഗ : പണക്കാർ മാത്രം ഡോക്ടറായാൽ മതിയത്രെ. പാവപ്പെട്ടവർ കൃഷിപ്പണിക്കോ തൂപ്പുപണിക്കോ പോയാൽ മതിയെന്നാ.

വൃദ്ധൻ : പഠിച്ചവരാരെയും കൃഷിപ്പണിക്കു കിട്ടാത്തതുകൊണ്ടാ പാവപ്പെട്ടവരാരും പഠിക്കേണ്ടെന്നു വെച്ചതത്രെ.

ദുർഗ്ഗ : പാവപ്പെട്ടവരാരും പ്രസവിക്കേണ്ടെന്ന നിയമവും വന്നല്ലൊ. അധികകാലം ഇത്തരം തെമ്മാടിത്തരങ്ങൾ ചെയ്യാനാകുമെന്നു തോന്നുന്നില്ല. ഇന്നാട്ടിലും ആൺകുട്ടികൾ ഉണ്ടെന്നു പ്രസിഡന്റ് ഉടൻ മനസ്സിലാക്കും.

വൃദ്ധൻ : സംശയമുണ്ടോ, ഒരുപക്ഷേ, നിങ്ങളുടെ മകൻ അത്തരം പ്രവർത്തനങ്ങൾക്കായി പോയതായിരിക്കും.

ദുർഗ്ഗ : എന്റെ മകൻ എങ്ങനെയങ്കിലും ഡോക്ടറായി വന്നു. അവന്റെ നാട്ടിലെ ജനങ്ങളെ സഹായിക്കണമെന്ന ഉദ്ദേശത്തോടെ പോയവനാ.

വൃദ്ധൻ : അതിന് അനുവദിക്കാതിരിക്കുമ്പോൾ ആർക്കാ ഭരണത്തോടുവെറുപ്പ് തോന്നാതിരിക്കുക. അവർ സംഘംകൂടി പ്രസിഡന്റിനെ വെടിവെക്കാനുള്ള ആലോചനയിലായിരിക്കും. കൂട്ടത്തിൽ എന്റെ മോനും കൂടിക്കാണും. (പെട്ടെന്നു കരീം ഖാൻ ബേജാറായി ഓടിവരുന്നു. പത്താൻകാരുടെ മാതിരിവേഷവും തൊപ്പിയും എല്ലാം മുഷിഞ്ഞതാണ്)

കരീം : കാന്തിലാൽ എവിടെപ്പോയി പെങ്ങളെ?

ദുർഗ്ഗ : എന്താ കരീംക്കാ...

കരീം : മ്മളെ കെട്ടിയവളെ പ്രസവത്തിന് സർക്കാർ ആശുപത്രീലാക്കിയതാ. അവിടെ മരുന്നൂല്ല. ഡോക്കിട്ടറുമില്ല. ബേദന അന്ന് ഓള് നെലബിളിക്യാ. അബിടുള്ള നേഴ്സുമാരു പറയാ ഉടനെ സ്വകാര്യാശുപത്രിക്ക് മാറ്റണംന്ന്. കയ്മ ഒരുറുപ്യ പോലൂല്ല. ലോറീല് മീൻ കൊണ്ടുബെന്ന് തള്ളാൻ തൊട

ങ്ങ്യതോടെ മ്മളെ മീൻബില്പനേം നിന്നില്ലേ. കുഞ്ഞിക്കുട്ടിക്കുള്ള ബകീം അതോടെ നിന്നു. (പെട്ടെന്ന് വൃദ്ധനെ ശ്രദ്ധിച്ച് സംശയത്തോടെ) ഇയ്യാളാരാ?

ദുർഗ്ഗ : പഠിക്കാൻപോയ മകന്റെ വിവരമന്വേഷിച്ചു വന്ന ആളാ. എവിടെയാണെന്നറിയില്ല.

കരീം : ഇയ്യാളെ ഇന്നലെ ആശുപത്രിക്കടുത്തൂടെ അങ്ങോട്ടും ഇങ്ങോട്ടും നടക്കുന്നത് കണ്ടതാ.

വൃദ്ധൻ : നിങ്ങൾക്കു ആള് മാറി സാഹിബ്ബേ... (ഇതും പറഞ്ഞു അവിടെനിന്നു രക്ഷപ്പെടുന്നമാതിരി പോകുന്നു. കരീം ആ പോക്കു നോക്കിനില്ക്കുന്നു)

കരീം : അബൻ കള്ളനാ പെങ്ങളെ.. നാട് നെറച്ചും ചാരന്മാരാണത്രെ. പുതിയ ഭരണത്തെക്കുറിച്ചു നാട്ടിലെ ബിബരങ്ങളറിയാ നാ. ബേണ്ടാത്തതെന്തേലും ചോദിക്ക്യോ പറയോ ചെയ്തോ പെങ്ങളെ.

ദുർഗ്ഗ : കിരൺ പഠിക്കാൻ പോയേടത്ത് നിന്ന് ഒരാഴ്ചയായി കാണാനില്ലെന്നും അച്ഛൻ അന്വേഷിച്ചു പോയെന്നും പറഞ്ഞു.

കരീം : അള്ളോ. മ്മള് മോൻ എബിടെയാപോയിരികാ. ബല്ല ഒളിപ്രവർത്തനത്തിനെങ്ങാൻ പോയോന്റെ പടച്ചോനെ. എങ്കില്മ്മക്കാർക്കും ഇനി രച്ചയില്ലാണ്ടാവും.

ദുർഗ്ഗ : രണ്ടുദിവസം മുമ്പ് നമ്മുടെ കറവക്കാരൻ രാമൂനെ പിടിച്ചോണ്ടു പോയിട്ടു പൊലീസു ഇതുവരെ വിട്ടിട്ടില്ല.

കരീം : ഓനും മറ്റും എന്തു ചെയ്തിട്ടാ പിടിച്ചോണ്ടു പോയത്. ആരു ചോയിക്കാൻ. നല്ല പഠിപ്പും ബിബരോംള്ള ആളാണെന്ന് കേട്ടാ നാട്ടാര് മുയുമൻ ബോട്ടുകൊടുത്ത് ജയിപ്പിച്ചത്. ഇമ്മായിരി ഒരു ശെയ്ത്താനായിരിക്കുമെന്ന് മ്മള് നിരീച്ചില്ലെന്റെ പടച്ചോനെ...

ദുർഗ്ഗ : നാട്ടില് എല്ലാർക്കും സഹായത്തിനെത്തുന്ന ധീരു അണ്ണനും ഒളിവിലാണത്രെ. വീട്ടിൽ രാത്രിയിൽ എന്നും പൊലീസുകാർ വന്നു വാതിലിൽ മുട്ടുകയാണ്. ഇന്റെ ഭാര്യയും അമ്മയും പേടിച്ചുകഴിയുകയാ.

കരീം : കെട്ട്യോളെ കാര്യം പറയാൻ മ്മള് ആദ്യം അന്വേഷിച്ചത് ധീരുഭായിയെത്തന്നെയാ. കണ്ടുകിട്ടിയിരുന്നെങ്കിൽ മ്മളെക്കൂടെ ബന്ന് എല്ലാം ശരിയാക്കിത്തരുവായിരുന്നു. മ്മളെ കഷ്ടകാലം പിന്നമ്മക്ക് തൊണയായുള്ളത് കാന്തിലാല് മാത്രാ. അതാ ഇങ്ങട്ട് ബന്നത്.

ദുർഗ്ഗ : പൂനയിൽ പോവാൻ കാശിനായി ഒരു കറവപ്പശുവുള്ളതിനെ

വിറ്റു. യാത്രാച്ചെലവിന്ന് കൊണ്ടുപോയത് കഴിച്ചു കുറച്ചു കാശ് ഇവിടെ ഉണ്ടു കരീംക്കാ. അത് തരാം. മറ്റേ ആശുപത്രീലേക്ക് ഉടൻതന്നെ മാറ്റിക്കോളൂ. കുറച്ചുകൂടി പണം എവിടെ നിന്നെങ്കിലും കിട്ടുമോന്നു ഞാനും അന്വേഷിക്കാം.

(അകത്തുചെന്നു കാശ് എടുത്തുകൊണ്ടുവന്നു കൊടുക്കുന്നു)

കരിം : (കരഞ്ഞുകൊണ്ട്) പടച്ചോൻ കൂടെണ്ടാബും പെങ്ങളെ. മോന്റെ കതകേട്ടിറ്റ് മ്മക്ക് പെരുത്തു ബെദനീണ്ട്. മ്മളെന്തു ശെയ്യാനാ പടശ്ശോനെ പ്രാർത്ഥിക്കാം.

ദുർഗ്ഗ : പറഞ്ഞു നില്ക്കാതെ വേഗം ചെല്ല്ക്കാ. (കരീം പോകുന്നു. ദുർഗ്ഗ തളർന്നിരുന്നുപോകുന്നു. ക്ഷീണം തോന്നി തറയിൽ കിടക്കുന്നു. പതുക്കെ സുരേന്ദ്രബാബു പ്രവേശിക്കുന്നു)

ബാബു : (ദുർഗ്ഗയെത്തന്നെ കൗതുകത്തോടെ നോക്കി നില്ക്കുന്നു) ദുർഗ്ഗ ഉറങ്ങ്യോ.

ദുർഗ്ഗ : (ഞെട്ടി എഴുന്നേറ്റു) വസ്ത്രം നേരെയാക്കി ഇഷ്ടപ്പെടാതെ) ബാബുവെന്താ ഇവിടെ. പതിവില്ലാത്ത ഈ വരവിന്റെ ഉദ്ദേശ്യം?

ബാബു : ദുർഗ്ഗയെന്താ ആവശ്യമില്ലാതെ എന്നെ സംശയിക്കുന്നത്. മകനെ കാണാനില്ലെന്നറിഞ്ഞു. ഒന്നന്വേഷിച്ചുകളയാമെന്നു കരുതി.

ദുർഗ്ഗ : പണമില്ലാത്തവനൊന്നും പഠിക്കേണ്ടെന്നാണല്ലോ പുതിയ ഭരണാധികാരിയുടെ നയം. ജനാധിപത്യത്തിന്റെ പേരും പറഞ്ഞു പാവപ്പെട്ടവരുടെ വോട്ടും വാങ്ങി പണക്കാർക്കു വേണ്ടി എത്രകാലം ഭരിക്കാനാണാവോ ഭാവം.

ബാബു : ഇങ്ങേരു ശുദ്ധഗതിക്കാരനായതുകൊണ്ടു വെട്ടൊന്നു കണ്ടം രണ്ട് എന്ന നയം സ്വീകരിച്ചുവെന്നേ ഉള്ളൂ. ഇവിടെ പണക്കാർക്കുവേണ്ടി ഭരണം തുടങ്ങിയത് ഇന്നോ ഇന്നലെയോ ഒന്നുമല്ല. ഇതൊന്നും മാറ്റാൻ ആരെക്കൊണ്ടും സാദ്ധ്യവുമല്ല. പലരും രഹസ്യമായി ചെയ്തത് പുതിയ പ്രസിഡന്റ് പരസ്യമായി ചെയ്യുന്നുവെന്നു മാത്രം.

ദുർഗ്ഗ : നിങ്ങളെപ്പോലുള്ള സെമിന്ദാർമാരും വ്യവസായികളും എപ്പോഴും സഹായത്തിനുണ്ടാകുമല്ലോ.

ബാബു : സെമിന്ദാർമാരെന്താ മനുഷ്യത്വമില്ലാത്തവരാണെന്ന് കരുതിയോ. ഗ്രാമങ്ങളിലുള്ള ജനങ്ങൾക്കു ബുദ്ധിമുട്ടുവരുമ്പോൾ അവരെ സമീപിക്കാമല്ലൊ. ഞങ്ങളുടെ പിതാക്കന്മാരൊക്കെ എത്ര ഹൃദയാലുക്കളായിരുന്നു. ജനങ്ങൾക്ക് അവർ ദൈവ

ങ്ങളായിരുന്നില്ലെ. ദുർഗ്ഗയുടെ അണ്ണൻ ധീരുഭായിയും ഭർത്താവ് കാന്തിലാലും മറ്റും സംഘം സ്ഥാപിച്ചുജനങ്ങളെ ഞങ്ങൾക്കെതിരെ ഇളക്കിവിട്ടതോടെ ഗ്രാമത്തിലെ അച്ചടക്കമാകെ തകർന്നു.

ദുർഗ്ഗ : അല്ലെങ്കിൽ പാവപ്പെട്ടവരുടെ ഭൂമി തട്ടിയെടുത്ത് അവരുടെ മാനം കവർന്നു സുഖിച്ചു രസിക്കാമായിരുന്നു. അല്ലെ.

ബാബു : ദുർഗ്ഗയുടെ മാനം ഇതുവരെ ആരും കവർന്നില്ലല്ലൊ.

ദുർഗ്ഗ : എന്റെ അണ്ണനെ പേടിച്ച്. ഇപ്പോൾ കാന്തിലാലിന്റെ തൂമ്പ പിടിച്ചകൈകളെ ഭയന്ന്.

ബാബു : അവന്മാരുടെ ഭീഷണികളൊന്നും ഇനി വിലപ്പോവില്ല ദുർഗ്ഗേ. എല്ലാം നമ്മൾ കാണാനിരിക്കുന്നതേയുള്ളൂ. ഞാൻ ഇപ്പോൾ വന്നത് ദുർഗ്ഗയെ സഹായിക്കാൻ തന്നെയാണ്.

ദുർഗ്ഗ : അതിനുമുമ്പായി കച്ചവടമുറപ്പിക്കണമായിരിക്കും. ഇന്നു രാത്രിതന്നെ നിങ്ങളുടെ അതിഥി മന്ദിരത്തിൽ വരണമായിരിക്കും. അവനെ വിട്ടയച്ചശേഷം സന്ദർശനം ആവർത്തിക്കണമായിരിക്കും. ഭാര്യയും ഒരു യുവാവിന്റെ അമ്മയുമായ എന്നെ ഇനിയെങ്കിലും തനിക്കു ഒഴിവാക്കിക്കൂടെ സുരേന്ദ്രാ.

ബാബു : ഒക്കെപ്പോയി. തെറ്റിദ്ധരിച്ചു. പ്രസിഡന്റിന്റെ ഏതെങ്കിലും തടങ്കൽ പാളയത്തിലെത്തി മർദ്ദനമേറ്റുമരിക്കേണ്ടെന്നു കരുതി പറഞ്ഞതാ. എത്ര ആളുകളെയാ ദിവസേന കാണാതാവുന്നത്. എത്രപേരെയാ കെട്ടികടലിലാഴ്ത്തുന്നത്. (പെട്ടെന്ന് ധീരുഭായി തിരക്കിട്ടുവരുന്നു. സുരേന്ദ്രബാബുവെ കണ്ടു വല്ലാതാവുന്നു. ബാബുവും ഭയപ്പെടുന്നു) ധീരുഭായി നാട്ടിലില്ലെന്നു കേട്ടു.

ധീരു : തന്നെയും തന്റെ പൊലീസിനെയും ഭയപ്പെട്ട് ഇനി നാട്ടിലിറങ്ങില്ലെന്നു വിചാരിച്ചോ. തനിക്കെന്താ ഇവിടെക്കാര്യം.

ബാബു : കിരണിനെ കാണാനില്ലെന്നുകേട്ട് അന്വേഷിക്കാൻ വന്നതാ.

ദുർഗ്ഗ : വേണമെങ്കിൽ അന്വേഷിച്ചുകൊണ്ടുവന്നു തരാമെന്നും പറഞ്ഞു.

ബാബു : എല്ലാം ഞാൻ ദുർഗ്ഗയോടു പറഞ്ഞിട്ടുണ്ട്. എന്തെങ്കിലും സഹായം വേണമെങ്കിൽ അറിയിച്ചാൽ മതി. ഞാൻ വരട്ടെ. (പോകുന്നു)

ധീരു : ദുർഗ്ഗ സഹായം സ്വീകരിക്കാൻ തീരുമാനിച്ചോ.

ദുർഗ്ഗ : അണ്ണന്റെ ഈ അനിയത്തിയോ. കിരണിനോടുള്ള സ്നേഹം കൊണ്ടു ഞാനവന്റെ ചതിക്കുഴിയിൽ വീഴുമെന്നു കരുതിയോ.

ധീരു : ഒരുപക്ഷേ, ഞാനവന്റെ പ്രലോഭനങ്ങളിൽ കുടുങ്ങിയെന്നു വരും. ദുർഗ്ഗയ്ക്കു അങ്ങനെയൊരു ചതിപറ്റില്ലെന്ന് എനിക്കറിയാം. കിരണിനെക്കുറിച്ചു ഭയപ്പെടേണ്ട പെങ്ങളെ. അവൻ പൊലീസിന്റെ പിടിയില്പെട്ടിട്ടില്ല. കോളേജിൽ നിന്നും പുറത്താക്കപ്പെട്ടവരുമായി ബന്ധപ്പെട്ടു പ്രക്ഷോഭം നടത്തി കോളേജിന്റെ പ്രവർത്തനം സ്തംഭിപ്പിക്കാൻ ശ്രമിക്കയാ. ഒളിവിൽ നിന്നുകൊണ്ടു പ്രക്ഷോഭം ശക്തമാക്കാനാണ് അവനും കൂട്ടുകാരും ശ്രമിക്കുന്നത്.

ദുർഗ്ഗ : പാവം കുട്ടികൾക്കെന്താവാനാ.

ധീരു : അവരുടെ പിന്നിൽ കരുത്തരായ നേതാക്കന്മാരും ധർമ്മബോധമുള്ള മനുഷ്യരുമുണ്ട്.

ദുർഗ്ഗ : തടങ്കൽ ക്യാമ്പുകളിലും മറ്റും നടക്കുന്നത് ഹിറ്റ്ലറുടെ ക്യാമ്പുകളിൽ പോലും നടക്കാത്ത മർദ്ദനമാണെന്നാ കേൾക്കുന്നത്.

ധീരു : സമാധാനിക്കു പെങ്ങളെ. ഏത് ഇരുട്ടും അവസാനം ചെന്നെത്തുന്നത് വെളിച്ചത്തിൽത്തന്നെയായിരിക്കും. ഞങ്ങൾ കർഷകസംഘവും ഒളിവിലാണെങ്കിലും സജീവമായിരംഗത്തുണ്ട്. കൃഷിക്കാർക്കു ധൈര്യവും അല്പാല്പം സഹായവും നല്കിക്കൊണ്ട് എന്നെപ്പോലെ നിരവധിപേർ ഒളിവിലും തെളിവിലുമായി പ്രവർത്തിക്കുന്നുണ്ട് കാന്തിലാലെവിടെ.

ദുർഗ്ഗ : പൂനയ്ക്കു പോയിരിക്കയാ.

ധീരു : അതിന്റെ ആവശ്യമൊന്നുമില്ലായിരുന്നു. അവൻ അവിടെ ചെന്നാൽത്തന്നെ എന്തു വിവരം കിട്ടാനാ.

ദുർഗ്ഗ : നമ്മുടെ രാംരാജില്ലെ. ഇവിടെ സഹായത്തിനു നില്ക്കുന്ന പയ്യൻ.

ധീരു : നമ്മുടെ കിരണിന്റെ കളിക്കൂട്ടുകാരൻ.

ദുർഗ്ഗ : അവനെ രണ്ടുദിവസം മുമ്പ് പൊലീസ് പിടിച്ചുകൊണ്ടുപോയി. അതും അന്വേഷിക്കാമെന്നുവെച്ചാ പോയത്.

ധീരു : അതു ഞാനറിഞ്ഞില്ല. കുറേയേറെ സഹിക്കേണ്ടിവന്നാലും ധൈര്യം കൈവിടരുത്. സഹകരണബാങ്കിൽ എന്റെ പേരിൽ അല്പം കാശുണ്ട്. അത്യാവശ്യം വല്ലതും നേരിട്ടാൽ അതെടുത്തോളൂ. ഇത് ഒപ്പിട്ട രണ്ടുമൂന്നു ബ്ലാങ്ക് ചെക്കുലീഫുകളാണ്. ഞാൻ പോകട്ടെ. സുരേന്ദ്രബാബു ഇപ്പോൾ നേരെ പൊലീസ് സ്റ്റേഷനിലേക്കായിരിക്കും പോയിട്ടുണ്ടാവുക. ഉടനെ പൊലീസ് എത്തും. (തിരക്കിട്ടു പുറത്തേക്കു പോകുന്നു.

ദുർഗ്ഗ ചെക്കു ലീഫ് നോക്കിക്കൊണ്ടുനില്ക്കുന്നു. പെട്ടെന്നു ആരോ വാവിട്ടു നിലവിളിക്കുന്ന ശബ്ദം. കാന്തിലാൽ നില വിളിച്ചുകൊണ്ടിരിക്കുന്ന രാമുവെ തോളിലേറ്റി കൊണ്ടു പ്രവേശിക്കുന്നു)

രാമു : മാമീ... അവർ എന്നെ കൊന്നു മാമീ. കൈയും കാലും തല്ലി യൊടിച്ചു.

കാന്തി : (രാമുവെ തലത്തിൽക്കിടത്തിക്കൊണ്ട്) അവന്റെ എല്ലാകെ നുറുങ്ങിയിരിക്കയാ. കിരണാണെന്നു കരുതി പിടിച്ചുകൊണ്ടു പോയതാണ്. ആളുമാറിയെന്നറിഞ്ഞപ്പോൾ തടങ്കൽ ക്യാമ്പിൽനിന്ന് എടുത്തുപുറത്തേക്കുവലിച്ചെറിഞ്ഞു. ഞാൻ ചെല്ലുമ്പോൾ നിലവിളിച്ചോണ്ടു വഴിവക്കിൽക്കിടക്കുകാ. ആശു പത്രിയിൽ കൊണ്ടുപോയി വിരലുകളിൽ കുത്തിക്കയറ്റിയ മൊട്ടുസൂചികളെല്ലാം ഊരിയെടുത്തു. എന്തൊക്കെയോ ചില മരുന്നുകളും കുറിച്ചു തന്നിട്ടുണ്ട്. സർക്കാർ ആശുപത്രിയിൽ ഇപ്പോൾ കിടത്തിച്ചികിത്സ ഇല്ലത്രെ. നീ വേഗംചെന്നു ചൂടു പിടിപ്പിക്കാൻ നോക്കൂ. വേദനയ്ക്ക് ആശ്വാസമാകും.

രാമു : മേലാകെ കത്തുന്ന സിഗരറ്റുകൊണ്ടു കുത്തിപ്പൊള്ളിച്ചു മാമീ. തീയോടെ സിഗരറ്റു തൊണ്ടയിൽ താഴ്ത്തി. ഞാൻ കിരണല്ല എന്നു എത്ര പറഞ്ഞിട്ടും അവർ വിശ്വസിച്ചില്ല. അല്ലെന്നു മനസ്സിലായപ്പോൾ പിന്നെ കിരൺ എവിടെ എന്നു ചോദിച്ചായി ഇടി. ഇനി ഞാനെങ്ങനെ പശുവെക്കറക്കും. എങ്ങനെ പുല്ലരിഞ്ഞുകൊടുക്കും. (ഇങ്ങനെ ഓരോന്നു പറഞ്ഞു നിലവിളിച്ചുകൊണ്ടിരിക്കെ ദുർഗ്ഗ ഹോട്ടുബാഗു മായി വന്നു ചൂടുപിടിപ്പിച്ചു തുടങ്ങുന്നു)

കാന്തി : നമ്മുടെ മോനെ കിട്ടിയാൽ അവർ കൊല്ലുമെന്നാ തോന്നു ന്നത്. വിപ്ലവസംഘടനകളുമായി ബന്ധമുള്ളവരെ മുഴുവൻ അരിച്ചുപെറുക്കിക്കൊണ്ടുപോയി. അവരാരും തിരികെ വരാ റില്ലത്രെ. നമ്മുടെ സംഘത്തിന്റെ പ്രവർത്തകരെല്ലാം ഇപ്പോൾ ഒളിവിലാ.

ദുർഗ്ഗ : ധീരു അണ്ണൻ ഇപ്പോൾ ഇവിടെ വന്നിരുന്നു. കിരണിനു ഒന്നും പറ്റിയിട്ടില്ല, ധൈര്യമായിരിക്കൂ എന്നു പറഞ്ഞു. അത്യാവശ്യം നേരിട്ടാൽ ബാങ്കിൽ നിന്ന് പണമെടുത്തോ ളാൻ ചെക്കൊപ്പിട്ടുതന്നിരിക്കയാ.

രാമു : കിരണിനെ അവർക്കു വിട്ടുകൊടുക്കല്ലെ. മാമീ, കിട്ടിയാൽ അവർ അരിഞ്ഞുകളയും. അത്ര പകയുണ്ട് അവനോട്, അയ്യോ... നീറ്റലുണ്ടുമാമീ.

ദുർഗ്ഗ : നീറ്റലൊക്കെ ഇപ്പൊ പോകും. അടങ്ങിക്കിടക്കൂ. അണ്ണാൻ

വന്നപ്പോൾ സുരേന്ദ്രബാബു ഇവിടെ ഉണ്ടായിരുന്നു. സഹായം വാഗ്ദാനം ചെയ്തു.

കാന്തി : അവന്റെ സഹായം! ആട്ടിവിടാഞ്ഞില്ലെ ആ ചതിയനെ.

ദുർഗ്ഗ : അണ്ണനെ കണ്ടപ്പോൾ ഉടൻ സ്ഥലം വിട്ടു. അവൻ പൊലീസിനെ കൂട്ടിവരാൻ പോയതായിരിക്കുമെന്ന് പറഞ്ഞ് അണ്ണനും പെട്ടെന്നുപോയി. ചിലപ്പോൾ പൊലീസന്വേഷിച്ചു വന്നെന്നു വരും.

കാന്തി : ചുറ്റും നടക്കുന്നതെല്ലാം കണ്ടപ്പോൾ നെഞ്ചാകെ പുകയുകയാ. എന്തുതെറ്റുചെയ്തിട്ടാ. രാമു ഇതെല്ലാം അനുഭവിക്കാനിടയായത്. നമ്മുടെ മോനെക്കുറിച്ചോർക്കുമ്പോൾ... (കരയുന്നു)

ദുർഗ്ഗ : (സങ്കടം അടക്കി) നല്ല ആളാ. ആശ്വസിപ്പിക്കേണ്ട ആളുതന്നെ ഇങ്ങനെ.... (കരഞ്ഞുപോകുന്നു)

കാന്തി : കാർഷികക്കടം വാങ്ങി ഇക്കുറിയെങ്കിലും വിളവിറക്കണമെന്ന് വിചാരിച്ചതാ. അപ്പോഴേക്കും ഭൂമിയും സർക്കാർ തട്ടിപ്പറിച്ചു. അവരുടെ കീഴിൽ ജോലിചെയ്യാമത്രെ. 20ക ദിവസക്കൂലിക്ക് പട്ടിണിക്കിട്ടു പാവങ്ങളെ മുഴുവൻ കൊല്ലലാണ് ലക്ഷ്യം.

രാമു : എനിക്കു ചാവണ്ട മാമാ. കിരൺ ഡാക്കിട്ടരായി വരുമ്പോൾ പെട്ടിയുമെടുത്തു കൂടെപ്പോകുന്നത് ഞാനായിരിക്കും. കിരണിന്റെ പഴയ കാൽസറായും കുപ്പായുംട്ട് പെട്ടിയുമെടുത്തു കൂടെ പോകുന്നത് ഞാൻ സ്വപ്നം കാണാറുണ്ടു മാമീ.

ദുർഗ്ഗ : (വാവിട്ടു കരഞ്ഞുകൊണ്ടു) എന്റെ രാമൂ...

കാന്തി : അതെ എല്ലാവരും അങ്ങനെ ഓരോ സ്വപ്നം കണ്ടതാ. ഈശ്വരാ... (പെട്ടെന്നു രണ്ടുപൊലീസ് ഓഫീസർമാർ പ്രവേശിക്കുന്നു. അകത്തും ചുറ്റിലും ആരെയോ അന്വേഷിക്കുന്നു)

പൊലീസ്1: ധീരുഭായ് എവിടെ?

ദുർഗ്ഗ : അണ്ണാൻ പോയി.

പൊലീസ്2: എവിടെ ആ പയ്യൻ.

കാന്തി : ആര്?

പൊലീസ്2: എവിടെയുണ്ടെന്ന് ഉടൻ പറയുന്നതാ നല്ലത്.

കാന്തി : അവനെ അന്വേഷിച്ചു പൂനയിലോളം പോയി ഇപ്പോൾ തിരിച്ചെത്തിയതേ ഉള്ളൂ.

പൊലീസ്1– തന്റെ മകൻ ഇപ്പോൾ കവലയിൽ ബസിറങ്ങിയതായി കണ്ട

വരുണ്ട്.

കാന്തി : ഇവിടെ വന്നില്ല സാറെ. സംശയമുണ്ടെങ്കിൽ അകത്ത് കയറി നോക്കാം.

പൊലീസ്2: ഞങ്ങൾ ഇപ്പോൾ പോകുന്നു. അവനെ കിട്ടിയില്ലെങ്കിൽ തന്നെ ഞങ്ങൾ തൂക്കിയെടുത്തുകൊണ്ടുപോകും. കണ്ടോളൂ. (പോകുന്നു)

രാമു : ദുഷ്ടന്മാരാണവർ. അവർക്കെന്തു ചെയ്യാനും മടിയില്ല. ഞാനിവിടെ ഇങ്ങനെ കെടന്നോളാം. മാമനും മാമിയും എവിടെയെങ്കിലും ഓടി ഒളിച്ചോളൂ. (പെട്ടെന്നു കിരൺ പിറകുവശത്തുനിന്ന് പതുങ്ങിപ്പതുങ്ങി വരുന്നു)

കിരൺ : (തന്നെക്കണ്ട് അന്തംവിട്ടുനോക്കുന്ന അമ്മയോടും അച്ഛനോടും) അവർ വരുന്നതു ഞാൻ കണ്ടിരുന്നു പപ്പാ. സർപ്പക്കാവിൽ കയറി ഒളിച്ചു. (ദുർഗ്ഗ മകനെ കെട്ടിപ്പിടച്ചു കരയുന്നു)

കാന്തി : നിന്നോട് ഇപ്പോ ആരാ ഇങ്ങോട്ടു വരാൻ പറഞ്ഞത്. പോയി രക്ഷപ്പെടൂ. അവർ പിറകിൽത്തന്നെ ഉണ്ടെന്നറിഞ്ഞ് ഇങ്ങോട്ടു വരാൻ പപ്പയും മമ്മയും മരിച്ചിട്ടൊന്നുമില്ലല്ലോ. ഉടനെ പോവാനാ പറഞ്ഞത്. കൈയിൽ കിട്ടിയാൽ അവരെന്താ ചെയ്യുകയെന്ന് കേട്ടിട്ടുണ്ടാകുമല്ലോ.

കിരൺ : അതുകേട്ടിട്ടു തന്നെയാ വന്നത്. എന്നെ കിട്ടിയില്ലെങ്കിൽ അവർ അച്ഛനെക്കൊണ്ടുപോകും. അച്ഛനെ കിട്ടിയില്ലെങ്കിൽ അവർ അമ്മയെ കൊണ്ടുപോകാനും മടിക്കില്ല. ഞാനാണെന്നു വിചാരിച്ചു പിടിച്ചുകൊണ്ടുപോയ രാമൂനെ ചെയ്തത് കണ്ടില്ലെ. ഉരുക്കുപോലിരുന്ന അവനെ പഴന്തുണിപോലെ കൊണ്ടുവന്നു തള്ളിയത് കണ്ടില്ലെ. ഞാൻ നിമിത്തം ഇനി ആർക്കും ആ ഗതി വരാതിരിക്കാൻ ഞാൻ പിടികൊടുക്കാൻ നിശ്ചയിച്ചു. അതിനുമുമ്പ് അച്ഛനെയും അമ്മയെയും ഒന്നു കാണാമെന്നു കരുതി.

ദുർഗ്ഗ : മോനെ.

രാമു : വേണ്ട കുട്ടാ. നീ പിടികൊടുക്കണ്ട. അവർ നിന്നെ...

കാന്തി : ഓ.... അപ്പോൾ സംഘംചേരലും പ്രക്ഷോഭവും മതിയാക്കി അച്ഛനെ രക്ഷിക്കാൻ കയറി വന്നിരിക്കയാ ഒരു വിപ്ലവകാരി. ഉടനെ ഇവിടെനിന്ന് പോകാനാ പറഞ്ഞത്. അവർ ഇതിനു ചുറ്റും അരിച്ചുപെറുക്കുകയാ (ദുർഗ്ഗയോട്) എന്താ മോങ്ങിക്കൊണ്ടിരിക്കുന്നത്. മോനെ പൊലീസു പിടിച്ചുകൊണ്ടു പോകുന്നതിനുമുമ്പായി അവനോടു പോവാൻ പറ.

ദുർഗ്ഗ : നീയൊന്നുപോകുന്നുണ്ടോ. ഞങ്ങൾക്കെന്തും വരട്ടെ. നീ

ണിപ്പെടുത്തുന്നു.)

കാന്തിലാൽ (തലത്തിൽനിന്നു) കൊന്നുകൂടെ ഇനിയെങ്കിലും ഞങ്ങളെയെല്ലാം. ആരെ കാണിക്കാനാണ് ഇങ്ങനെ ദണ്ഡിപ്പിക്കുന്നത്.

പൊലീ : തന്റെ ഊഴം വരുന്നതേയുള്ളൂ. ക്യാമ്പ് വിസിറ്റ് ചെയ്യാൻ പ്രസിഡന്റ് ഇപ്പോഴെത്തും.

കാന്തി : മലം തീറ്റിക്കുന്നത് കണ്ടു രസിക്കാനോ അതോ വൃഷണം ഛേദിക്കുന്നത് നോക്കി രോമാഞ്ചം കൊള്ളാനോ.

പൊലീസ്: എന്തിനാണെന്ന് ഇപ്പോൾ കാണിച്ചുതരാം. ദാ, സമയം പത്തര എത്തിക്കാണും. വാ പോയിക്കൊണ്ടുവരാം. (പൊലീസുകാരുടെ അകമ്പടിയോടെ പ്രസിഡന്റ് പ്രവേശിക്കുന്നു. കൂടെ വനിതാ മന്ത്രിയും. തടവുകാരുടെ നിലവിളിയും ശാപവചനങ്ങളും പൂർവ്വാധികം ശക്തിപ്പെടുന്നു. പ്രസിഡന്റ് എല്ലായിടത്തും പരിശോധിക്കുന്നു)

പ്രസി : (കാന്തിലാലിന്റെ അടുത്തു വന്നുനിന്ന്) ഇവനെ എന്തിനാ ഇവിടെ ഇരുത്തിയിരിക്കുന്നത്.

പൊലീസ്: ആൾ വിളഞ്ഞ പുള്ളിയാ. നമ്മെയെല്ലാം ഭസ്മമാക്കിക്കളയുമെന്ന നോട്ടവും ഭാവവും. അതുകൊണ്ടു ഷോക്കടിപ്പിക്കാമെന്നു വിചാരിച്ചു. അങ്ങേക്കു ഒരു വിനോദവുമാവട്ടെ.

പ്രസി : കുറ്റം തെളിഞ്ഞതോ അതോ സംശയത്തിന്റെ പേരിൽ പിടിച്ചതോ?

കാന്തി : (ഉച്ചത്തിലുച്ചത്തിൽ ചിരിച്ചുകൊണ്ടു) മെഡിക്കൽ കോളേജ് പൂട്ടിച്ച സമരത്തിന് നേതൃത്വം കൊടുത്തത് എന്റെ മകനാണത്രെ. ഈശ്വരാ അത് സത്യമാകണേ. ഈ ദ്രോഹിയുടെ തെണ്ടിത്തരത്തെ ചോദ്യം ചെയ്യാൻ ഇവിടെ ആൺകുട്ടികളുണ്ടെന്ന് അവൻ കാണിച്ചുകൊടുത്തല്ലോ. എന്റെ ജന്മം സഫലമായി. കൊന്നോളൂ, നിങ്ങൾ എങ്ങനെ വേണമെങ്കിലും കൊന്നോളൂ.

പൊലീസ്: പന്നക്കഴുവേറിമോനെ. നിന്റെ ജന്മം ഇപ്പോൾ സഫലമാക്കിത്തരുന്നുണ്ട് (സ്വിച്ചമർത്തുന്നു. കാന്തിലാലിനെ ശക്തമായി ഷോക്കേല്പിക്കുന്നു. കാന്തിലാൽ കിടന്ന് പിടയുന്നു. ഭയാനകമായ കാഴ്ച)

പ്രസി : മതി. നിർത്താൻ. മെഡിക്കൽ കോളേജിൽനിന്നു പുറത്താക്കപ്പെട്ട വിദ്യാർത്ഥികൾ സംഘടിച്ചു സമരം ചെയ്തുകൊണ്ടിരിക്കയാണോ. കോളേജുകൾ അടഞ്ഞുകിടപ്പാണോ.

പൊലീസ്: പ്രൊഫഷണൽ കോളേജുകളിലെല്ലാം സമരം പടർന്നു പിടിക്കയാണ്. വിപ്ലവസംഘടനകൾ മുഴുവൻ അവർക്കു പിന്നി

ലുണ്ടെന്നാണറിവ്.

പ്രസി : പ്രൈവറ്റ് മാനേജ്മെന്റുകൾ അവിടെ എന്തെടുക്കുകയാ. കാശുകൊടുക്കാൻ കഴിവുള്ളവർ മാത്രം പ്രൊഫഷണൽ കോളേജുകളിൽ പഠിച്ചാൽ മതി എന്ന വ്യവസ്ഥയ്ക്കുവേണ്ടി അവർ എത്രകാലമായി മുറവിളി കൂട്ടുന്നു. ഇപ്പോൾ നിയമം വരുമ്പോഴേക്കും അവരൊക്കെ എവിടെപ്പോയി കിടക്കാ.

പൊലീസ്: പൊലീസിനെ വരുത്തി സമരം അടിച്ചമർത്താൻ അവർ പരമാവധി ശ്രദ്ധിക്കുന്നുണ്ട്.

പ്രസി : പൊലീസ് സമരം അടിച്ചമർത്തുന്നതും നോക്കി മിണ്ടാതിരിക്കുകയാണോ മാനേജ്മെന്റ് ചെയ്യേണ്ടത്. ഇവിടെ മഹാഭൂരിപക്ഷം കോളേജുകളും നടത്തുന്നത് ആരാ?

വനിതാ

മന്ത്രി : അതു വിദ്യാഭ്യാസമന്ത്രിക്കല്ലെ പറയാൻ പറ്റുകയുള്ളൂ.

പ്രസി : അപ്പോൾ നിങ്ങളീ നാട്ടിലൊന്നുമല്ലേ. ഭൂരിപക്ഷം കോളേജുകളും മതസ്ഥാപനങ്ങളും ജാതി സ്ഥാപനങ്ങളും നേരിട്ടോ അല്ലാതെയോ നടത്തുന്നതാണ്.

വനിത : അതതെ.

പ്രസി : എന്തു അതതെ. ഫീസു വർദ്ധിപ്പിച്ചു. ദരിദ്രവിദ്യാർത്ഥികളെ പ്രൊഫഷണൽ വിദ്യാഭ്യാസത്തിൽ നിന്നും അകറ്റിയതിന്റെ പിന്നിലുള്ളതത്ത്വം എന്താ.

വനിത : തത്ത്വം... തത്ത്വം.. ഞാൻ സാമൂഹ്യക്ഷേമവകുപ്പു മന്ത്രിയാണല്ലൊ.

പ്രസി : വിദ്യാഭ്യാസമെന്താ സാമൂഹ്യക്ഷേമത്തിൽ പെടില്ലേ. ലോകത്തിൽ പാവപ്പെട്ടവരുണ്ടാകുന്നതെന്തുകൊണ്ടാണെന്ന് മന്ത്രിക്കറിയോ.

വനിതാ : മുതലാളിമാരുടെയും സെമിന്ദാർമാരുടെയും ചൂഷണം കൊണ്ട്.

പ്രസി : അതു വിപ്ലവക്കാർ പറയുന്നത്. മതസ്ഥാപനങ്ങളോടു ചോദിച്ചാൽ കിട്ടുന്ന ഉത്തരമെന്താ?

വനിത : സർ, ഒരു മിനിറ്റ്... എന്റെ ഫ്രണ്ടായി ഒരു മെത്രാനുണ്ട്. ഇപ്പോൾ പറയാം. (മൊബൈൽ എടുത്തു മെത്രാനെ വിളിക്കാൻ ഭാവിക്കുന്നു.)

പ്രസി : ഷട്ട് അപ് യുവർ ബ്ലഡി മൗത്ത് യു ഇഡിയറ്റ്. തന്നെയൊക്കെ.. (ക്ഷോഭം പതുക്കെ അടക്കുന്നു) ഈ ലോകത്തിൽ പാവപ്പെട്ടവരുണ്ടാകുന്നത് കഴിഞ്ഞ ജന്മത്തിൽ ചെയ്ത പാപങ്ങൾ കൊണ്ടാണെന്നാ എല്ലാ മതങ്ങളും പറയുന്നത്.

പാവപ്പെട്ടവർ ഈ ജന്മം പട്ടിണികിടന്നും ഭൃത്യവേല ചെയ്തും യജമാനന്മാരെ സേവിച്ചാൽ അടുത്ത ജന്മം അവർക്കെല്ലാം ധനികരും യജമാനന്മാരുമായി സുഖിക്കാം. ആനിലയ്ക്കും പാവപ്പെട്ടവന്റെ മക്കൾ ഉയർന്ന വിദ്യാഭ്യാസം പോയിട്ട് അക്ഷരാഭ്യാസം പോലും നേടരുത്. ഈ ആശയം പ്രചരിപ്പിക്കേണ്ട മതപുരോഹിതന്മാർ അവരുടെ കർത്തവ്യം നിറവേറ്റുമെന്നു പ്രതീക്ഷയിലാണ് ഞാൻ ധീരമായ ഈ പരിഷ്കാരങ്ങളൊക്കെ വരുത്തിയത്.

വനിത : ഇപ്പോഴാ കാര്യം പിടികിട്ടിയത്. പ്രസിഡന്റിന്റെ കൂടെ പണക്കാരേ ഉള്ളൂവെന്നാ ഞാൻ ഇതുവരെ ധരിച്ചത്. മുഴുവൻ മതസ്ഥാപനങ്ങളുമുണ്ട്. എന്റെ ഈശോയേ! നൂറ്റാണ്ടുകളായുള്ള ഒരു തത്ത്വത്തിന്റെ അടിസ്ഥാനത്തിലാണ് പ്രസിഡന്റ് ഭരിക്കുന്നതെന്നും മനസ്സിലായി. ഇതുവല്ലതും ഞാനറിഞ്ഞോ.

പ്രസി : മറ്റൊന്നുംകൂടി അറിഞ്ഞോ. നിങ്ങളൊക്കെ ഇതുവരെ ചെയ്തതൊക്കെയേ ഞാനും ചെയ്യുന്നുള്ളൂ. നിങ്ങൾ ഒളിച്ചും വഞ്ചിച്ചും ധനികരെയും മതങ്ങളെയും സഹായിക്കുന്നു. ഞാൻ യാതൊരു മറവുമില്ലാതെ എല്ലാം ചെയ്യുന്നു. ആശയപ്രചാരണത്തിന്റെ കുറവു നല്ലപോലെയുണ്ട്. സീനിയറിന്റെ നേതൃത്വത്തിൽ പുരോഹിതന്മാരെ സന്ദർശിച്ച് പള്ളികളും ക്ഷേത്രങ്ങളും എന്റെ ആശയങ്ങളുടെ പ്രചരണകേന്ദ്രങ്ങളാക്കാൻ നിർബ്ബന്ധിക്കണം. (തടവുപുള്ളികൾ ഒന്നിച്ചു തുപ്പുന്ന ശബ്ദം)

തടവുകാരിൽ

ഒരാൾ : കൈപൊന്തുമെങ്കിൽ ആ ചെകുത്താന്റെ മുഖത്ത് ഒന്ന് ഇടിക്കണമെന്നുണ്ട്. മഹാപാപി കശ്മലൻ (തുപ്പുന്നു. പൊലീസ് ബയനറ്റുകൊണ്ടു നെഞ്ചിൽ കുത്തുന്നു)

പ്രസി : വേണ്ട. ഞാൻ പോയശേഷം. എല്ലാറ്റിന്റെയും ബാക്കിയുള്ള ജീവനും കളഞ്ഞേക്കൂ. ശവം പെട്രോളൊഴിച്ചു കത്തിച്ചു ചാരം കടലിലൊഴുക്കിക്കളഞ്ഞാൽ മതി. ആരെങ്കിലും അന്വേഷിച്ചുവന്നാൽ അങ്ങനെയൊരാളെ കസ്റ്റഡിയിലെടുത്തിട്ടേ ഇല്ലെന്നു പറയണം. (പ്രസിഡന്റും വനിതാ മന്ത്രിയും പോകുന്നു)

പൊലീസ്: നമ്മുടെ ജോലി ഇപ്പോൾത്തന്നെ തീർക്കാം. ഒരു രഹസ്യവും ഇവരിൽനിന്നു കിട്ടുമെന്നു തോന്നുന്നില്ല (തുടർന്നു ബയനറ്റു ചാർജ്ജും നിലവിളിയും വെടിയൊച്ചയും മറ്റും മങ്ങിയ വെളിച്ചത്തിൽ ഉയർന്നുവരുന്നത് കേൾക്കാം. സംവിധായകന് രംഗം കൂടുതൽ ഭീതിജനകമാക്കാനുള്ള ഉപായങ്ങളും സ്വീകരിക്കാം)

രംഗം – 4

(പ്രസിഡന്റിന്റെ കോൺഫറൻസ് ഹാൾ. തലത്തിലെ ചെയറിൽ ഇരുന്നും എഴുന്നേറ്റും ക്രുദ്ധനായി മന്ത്രിമാരോടു സംസാരിക്കുകയാണ്. മന്ത്രിമാർ ഭയപ്പെട്ടു നില്ക്കുന്നു)

പ്രസി : നിങ്ങളൊക്കെ എന്നെ മുഖസ്തുതി പറഞ്ഞു വഞ്ചിക്കുകയായിരുന്നു. അല്ലേ?

മന്ത്രി 1 : ഞങ്ങൾ പറഞ്ഞത് സത്യമാണല്ലോ സാർ. ചുരുങ്ങിയ പക്ഷം ഞാനെങ്കിലും പറഞ്ഞത് സത്യം തന്നെയാണ്.

മറ്റു മന്ത്രിമാർ : ഞങ്ങൾ പറയുന്നതെല്ലാം എന്താ കളവാണോ. സീനിയർ പറഞ്ഞതിനോട് ഞങ്ങൾക്കുള്ള ശക്തിയായ പ്രതിഷേധം രേഖപ്പെടുത്തുന്നു. (പരസ്പരം കുറ്റപ്പെടുത്തി ബഹളം വെയ്ക്കുന്നു.)

പ്രസി : സ്റ്റോപ്പ്, റാസ്കൽസ്. നിങ്ങളെല്ലാവരും പറഞ്ഞത് ശുദ്ധനുണകളാണ്. ഞാൻ കൊണ്ടുവന്ന ഭരണപരിഷ്കാരങ്ങളെല്ലാം ജനം രണ്ടുകൈയുംനീട്ടി സ്വീകരിച്ചു എന്നും മറ്റുമാണല്ലോ. നിങ്ങൾ റിപ്പോർട്ട് ചെയ്തത്. ഈ രാജ്യത്താകമാനം തുറന്നിട്ടുള്ള തടങ്കൽ ക്യാമ്പുകളിൽ കണ്ടതെന്താണെന്ന് എന്നെ അനുഗമിച്ച വനിതാമന്ത്രി പറയും.

വനിത : തടവുകാരെല്ലാം പ്രസിഡന്റിനെ പിശാചിനെപ്പോലെയാ നോക്കിയത്. എഴുന്നേല്ക്കാൻ കഴിഞ്ഞിരുന്നെങ്കിൽ അദ്ദേഹത്തെ അവർ പിച്ചിച്ചീന്തുമായിരുന്നു. എല്ലാം സഹിക്കാം. (കരച്ചിൽ വരുത്തി) അവർ അദ്ദേഹത്തിന്റെ നേർക്കു

കാർക്കിച്ചുതുപ്പി.

മന്ത്രിമാർ : (കൂട്ടച്ചിരിയോടെ) ഓ! തടവുകാരുടെ പ്രതികരണമല്ലേ സാരമില്ല.

മന്ത്രി 1 : മരണവേദനകൊണ്ടു പിടയുമ്പോൾ ആരും എന്തും ചെയ്യും.

മന്ത്രി 2 : സ്കോട്ട്ലാന്റ് യാർഡിൽനിന്ന് പരിശീലനം നേടി ഈയിടെ പുറത്തിറങ്ങിയ പൊലീസുകാരാ. അവരുടെ മുറകളെല്ലാം ഉത്തരാധുനികമാണ്. ഈ ലോകവും പരലോകവും ഒരുമിച്ചു കാണുമെന്നാണ് അനുഭവിച്ചവർ പറയുന്നത്.

മന്ത്രി 3 : അനുഭവം പറയാൻ ക്യാമ്പിൽനിന്ന് ആരെങ്കിലും ഇതുവരെ പുറത്തുവന്നിട്ടുണ്ടോ ആഭ്യന്തരമന്ത്രീ.

മന്ത്രി 2 : നമ്മുടെ വനിതാസെക്രട്ടറിയെപ്പോലെ ചിലർ സന്ദർശനത്തിനുപോയി മടങ്ങിവരാറുണ്ടല്ലോ.

പ്രസി : നിർത്തുന്നുണ്ടോ പുലമ്പലുകൾ. കാര്യമായി വല്ലതും ആലോചിക്കാൻ വിളിച്ചാൽ ഇത്തരം വിഡ്ഢിത്തങ്ങൾ പറഞ്ഞുകൊണ്ടിരിക്കും. ഇഡിയറ്റ്സ്. ഇവിടെ പറഞ്ഞതുപോലെ മരണവേദനകൊണ്ടു പ്രതിഷേധിച്ചതല്ല. ഈ രാജ്യത്തെ പ്രൊഫഷണൽ വിദ്യാഭ്യാസരംഗം സ്തംഭിച്ചിരിക്കയാണെന്ന് വിദ്യാഭ്യാസമന്ത്രിക്കറിയോ.

മന്ത്രി 5 : പൊലീസിനെ വിളിച്ചു സമരം അടിച്ചമർത്തി കോളേജുകൾ ഉടൻ തുറന്നു പ്രവർത്തിക്കണമെന്ന് ഞാൻ അന്ത്യശാസനം കൊടുത്തിട്ടു നാളുകൾ നിരവധിയായി. പ്രിൻസിപ്പൾമാർക്കും മാനേജ്മെന്റിനും നട്ടെല്ലില്ലെങ്കിൽ ഞാനെന്തു ചെയ്യാനാ.

പ്രസി : എന്തുചെയ്യണമെന്നറിയില്ല. അല്ലേ?

മന്ത്രി 5 : എന്താ സാർ.

പ്രസി : രാജി വെച്ചുപെയ്ക്കൂടെ.

മന്ത്രി 5 : പിന്നേ... ഇത്ര നിസ്സാരപ്രശ്നത്തിന് രാജി വെക്കലല്ലെ.

പ്രസി : ഇതു നിസ്സാരപ്രശ്നമല്ല. ഏത് പരിഷ്കാരം നടപ്പാക്കുമ്പോഴും അതോടൊപ്പം ആശയപ്രചാരണവും നടക്കണം. ഈ ലോകത്തിൽ പാവപ്പെട്ടവരും പണക്കാരും ഉണ്ടാവുന്നത് സർക്കാർ നടപടികൊണ്ടല്ല, ദൈവഹിതം കൊണ്ടാണ് എന്ന ആശയം ഇവിടെ വേണ്ടപോലെ പ്രചരിക്കപ്പെട്ടിട്ടില്ല. മതപുരോഹിതന്മാരും സാമുദായിക നേതാക്കന്മാരും സീറ്റുകച്ചവടം നടത്തുന്ന തിരക്കിൽ ഇക്കാര്യം മറന്നിരിക്കയാ. അതോർമ്മപ്പെടുത്തേണ്ടത് വിദ്യാഭ്യാസവകുപ്പാണ്.

മന്ത്രി 5 : ഇതിന്റെ പിന്നിൽ ഇങ്ങനെ വല്ല ഗുട്ടൻസുമുള്ളത് ഞാനറിഞ്ഞോ.

മന്ത്രി 1 : സാറ് പരിഭ്രമിക്കാതിരുന്നാട്ടെ. കാര്യത്തിന്റെ ഗൗരവം ഇപ്പോഴാ എനിക്കു പിടികിട്ടിയത്. ഞാൻ തന്നെ ഇക്കാര്യം ഏറ്റെടുക്കാൻ പോവ്വാ. അമ്പലത്തിലും പള്ളിയിലും മറ്റും ദൈവത്തിന്റെ തൊട്ടടുത്തുതന്നെ പ്രസിഡന്റിനെയും പ്രതിഷ്ഠിക്കാനുള്ള ഏർപ്പാടുകൾ നാളെത്തന്നെ ഞാൻ ചെയ്യുന്നുണ്ട്.

പ്രസി : എന്നെയല്ല പരിഷ്കാരങ്ങൾക്കു പിന്നിലുള്ള എന്റെ ഉദ്ദേശ്യലക്ഷ്യങ്ങളെയാണ് ജനമനസ്സുകളിൽ പ്രതിഷ്ഠിക്കേണ്ടത്.

മന്ത്രി 1 : അതുതന്നെ ഞാൻ അല്പം ആലങ്കാരികഭാഷയിൽ പറഞ്ഞതാ പ്രസിഡന്റേ.

പ്രസി : നമ്മുടെ സിനിമാക്കാരും നാടകക്കാരും മറ്റും എന്തുചെയ്യുകയാ.

മന്ത്രി 5 : അവരൊക്കെ സ്വപ്നം വില്ക്കുകയാ. എൻജോയ്മെന്റിന്റെ പേരിൽ ആസ്വാദകരെ മന്ദബുദ്ധികളാക്കുന്ന ജോലി അവർ മുറയ്ക്കു ചെയ്യുന്നുണ്ട്. സൂപ്പർസ്റ്റാർ ഒറ്റയ്ക്കു എൺപതു പേരെ തല്ലിവീഴ്ത്തുമ്പോൾ വാതം പിടിച്ച എന്റെ കൈ പോലും അടുത്തിരിക്കുന്നവന്റെ നേർക്കുയരാറുണ്ട്.

വനിതാ : ടി വി സീരിയലുകളിലെ നാവുകൊണ്ടുള്ള സ്ത്രീകളും അടിക്കു മുമ്പിൽ അത് ഒന്നുമല്ല സാറേ. നമ്മുടെ ശ്രേഷ്ഠഭാഷയ്ക്ക് അവർ നല്കുന്ന സംഭാവന ചെറുതല്ല.

പ്രസി : അവരെക്കൊണ്ടൊന്നും നമുക്കു യാതൊരു ഉപദ്രവവുമില്ലെന്നാണോ പറയുന്നത്.

മന്ത്രി 5 : ഉപദ്രവമില്ലെന്നല്ല ഗുണമുണ്ടുതാനും.

പ്രസി : പക്ഷേ, സാഹിത്യകാരന്മാരെ സൂക്ഷിക്കണം. ഏതു രാജ്യത്തും പ്രക്ഷോഭത്തിന്റെ വിത്തുപാകലാണ് അവരുടെ ജോലി.

മന്ത്രി 3 : (പൊട്ടിച്ചിരിക്കുന്നു) മുമ്പ് പൈങ്കിളികളിലാണെങ്കിൽ ഇപ്പോൾ രതി വൈകൃതങ്ങളിലാ അവരുടെ ശ്രദ്ധ. അവരെയൊക്കെ ഇപ്പോൾ നിരുപദ്രവ ജീവികളായി അല്പം മദ്യവും നുണഞ്ഞു ചുരുണ്ടുകൂടി കിടപ്പാ.

പ്രസി : നിങ്ങൾ പറയുമ്പോലെ ഇത്ര സരളമാണ് കാര്യങ്ങൾ എന്നു ഞാൻ കരുതുന്നില്ല. വിദ്യാർത്ഥികളും യുവാക്കളും നമുക്കെതിരെ വ്യാപകമായി സംഘടിക്കുന്നുണ്ട്. അല്ലെങ്കിൽ തടങ്കൽ ക്യാമ്പുകളിൽ ഇങ്ങനെയൊരു രോഷം ഉണ്ടാവില്ല.

മന്ത്രി 1 : (ചിരിച്ചുകൊണ്ട്) അതാണോ കാര്യം. ഏത് ഭരണപരിഷ്കാരം വരുമ്പോഴും ഇവിടെ ചില വിപ്ലവസംഘടനകൾ

എതിർപ്പുകളുമായി വരും. മാധ്യമങ്ങൾ മഹാഭൂരിപക്ഷവും അവർക്കെതിരാ. രണ്ടുദിവസംകൊണ്ട് അത്തരം ഉയിർത്തെഴുന്നേല്പുകളെല്ലാം അവർ തച്ചുകെടുത്തും. ജനങ്ങളും പൊതുവിൽ ഏത് സാഹചര്യത്തോടും സമരസപ്പെട്ടു പോവാൻ ആഗ്രഹിക്കുന്നവരാ.

പ്രസി : അതുശരിയാ. എന്നെക്കാൾ വലിയ ഏകാധിപതികളെ ജനാധിപത്യത്തിന്റെ പേരിൽ ഈ ജനത സഹിച്ചിട്ടുണ്ട്.

മന്ത്രി 2 : സാറ് ഏകാധിപതിയോ!

പ്രസി : മുഖസ്തുതി പറയുന്നത് എനിക്കിഷ്ടമല്ല. കളവുപറഞ്ഞും സ്തുതി പറഞ്ഞും നിങ്ങൾ എന്നെ കൂടുതൽ കൂടുതൽ ഏകാധിപത്യത്തിലേക്കു നയിക്കുകയാണ്. ഇതിനൊക്കെ നിങ്ങൾ വളരെ വലിയ വിലകൊടുക്കേണ്ടിവരും (പെട്ടെന്നു എന്തോ അസ്വാസ്ഥ്യം ബാധിച്ചമട്ടിൽ നെഞ്ചുംതലയും മറ്റും തടവി തീരെ വയ്യാത്ത നിലയിൽ കസേരയിൽ ചെന്നിരിക്കുന്നു. പതുക്കെ ശ്വാസതടസ്സം നേരിടുന്നു. കിതയ്ക്കുന്നു. മന്ത്രിമാർ അദ്ദേഹത്തെ ആശ്വസിപ്പിക്കുന്നതിൽ മത്സരിക്കുന്നു. (ആരും എന്റെ അടുത്തു നില്ക്കേണ്ട. എന്നെ പതിവായി ചികിത്സിക്കുന്ന ഡോക്ടറെ കൂട്ടിക്കൊണ്ടുവരൂ.) മന്ത്രി 1 പോയി ഡോക്ടറെ കൊണ്ടുവരുന്നു. കൂടെ കിറ്റുമായി ഒരു അനുയായിയും. അംഗരക്ഷകരെ വേഷം മാറ്റി കൊണ്ടുവന്നാലും മതി. ഡോക്ടർ പ്രസിഡന്റിനെ സൂക്ഷ്മമായി പരിശോധിക്കുന്നു മന്ത്രിമാർ അർത്ഥംവെച്ച് അന്യോന്യം നോക്കുന്നു)

ഡോക്ടർ: (ക്രമേണ ബോധമറ്റ നിലയിലേക്കു നീങ്ങിയ പ്രസിഡന്റിനെ പരിശോധിച്ച് നിരാശയോടെ) പ്രസിഡന്റ് പോയി. കഠിനമായ ഹാർട്ട് അറ്റാക്ക്. ആർക്കും രക്ഷിക്കാൻ കഴിയാത്ത അവസ്ഥ. സോറി. ഇനി അനന്തര നടപടികൾ തുടങ്ങാം. (ഡോക്ടറും അനുയായിയും പോകുന്നു. മന്ത്രിമാരുടെ സഹതാപ ഭാവം പോയി പതുക്കെ സന്തോഷം മുഖത്ത് ഇരച്ചു കയറുന്നു)

വനിത : ആ ക്യാമ്പ് കണ്ടാൽ ആരുടെ ഹാർട്ടാ പൊട്ടാതിരിക്കുക. തല്ലിച്ചതച്ചു ചോരയിൽ കുതിർത്ത് പഴഞ്ചാക്കുപോലെ ഇട്ടിരിക്കയല്ലെ.

മന്ത്രി 2 : നമ്മളാണ് അദ്ദേഹത്തെക്കൊണ്ട് ഇത്തരം ക്രൂരകൃത്യങ്ങൾ ചെയ്യിച്ചതെന്നല്ലെ വാദം.

മന്ത്രി 3 : നമ്മൾ അതിന് വലിയ വില കൊടുക്കേണ്ടിവരുമെന്നു ഭീഷണിപ്പെടുത്തിയാ കക്ഷി സ്ഥലം വിട്ടത്. ഇനി ആർക്കാ

നമ്മൾ വിലകൊടുക്കുക (എല്ലാവരും അടക്കിപ്പിടിച്ചു ചിരിക്കുന്നു)

മന്ത്രി 4 : ക്യാബിനറ്റിന്റെ തീരുമാനപ്രകാരമൊന്നുമായിരുന്നില്ലല്ലോ ഇക്കണ്ട കൊടുംക്രൂരതകൾ നടപ്പിലാക്കാൻ തുടങ്ങിയത്.

മന്ത്രി 5 : കോളേജു തുറപ്പിക്കാൻ ഞാൻ നടക്കണംപോലും. ഇപ്പോഴത്തെ പിള്ളേരെക്കുറിച്ച് അയാൾക്കൊന്നുമറിയില്ല.

വനിത : നമ്മൾ രഹസ്യമായി ചെയ്യുന്ന കാര്യങ്ങൾ പരസ്യമായി ചെയ്തതാ അയാൾക്കു പറ്റിയ പരാജയം. അവസാനം പരസ്യമായിത്തന്നെ മരിക്കേം ചെയ്തു.

മന്ത്രി 1 : അതുമിതും പറഞ്ഞു നില്ക്കാതെ ഉടനെ അടുത്ത നടപടികളെക്കുറിച്ചു ചിന്തിക്കണം. ഏതായാലും മരണസമയത്ത് ക്യാബിനറ്റ് അംഗങ്ങൾ മുഴുവൻ കൂടെ ഉണ്ടായത് നന്നായി.

മന്ത്രി 2 : തികച്ചും ജനാധിപത്യപരമായ ഒരു മരണം.

മന്ത്രി 1 : ഭരണം താല്ക്കാലികമായി ഞാൻ തന്നെ ഏറ്റെടുക്കാം. ആർക്കും വിരോധമില്ലല്ലോ.

വനിത : വനിതയെ പരിഗണിക്കുന്നില്ലെങ്കില്പിന്നെ സീനിയർക്ക് തന്നെയല്ലേ അതിനുള്ള അർഹത.

മന്ത്രി 3 : ക്യാബിനറ്റിൽ കൂടുതൽ കഴിവുള്ളവർ വേറെയുണ്ടെങ്കിലും താല്ക്കാലികമല്ലേ. സീനിയർ തന്നെ ആവട്ടെ (എല്ലാവരും മനമില്ലാ മനസ്സോടെ സമ്മതിക്കുന്നു)

വനിത : ആരെങ്കിലും ഭരിക്കട്ടെ. ഒന്നു മര്യാദയ്ക്കു ശ്വാസം കഴിക്കാലോ.

മന്ത്രി 1 : ബോഡി രണ്ടുമണിക്കൂർ ഇവിടെ പ്രദർശനത്തിനുവെച്ച ശേഷം ടൗൺ ഹാളിലേക്കു മാറ്റാം. വിദേശരാജ്യങ്ങളിൽ നിന്നും മറ്റും രാഷ്ട്രത്തലവന്മാർ എത്തിയശേഷം നഗരപ്രദക്ഷിണം. നദിക്കരയിൽ സംസ്കാരം. എന്താ പോരേ.

മന്ത്രിമാർ : ധാരാളം.

വനിത : ഇവിടെയും മറ്റും ആരുവരാനാ സീനിയറെ എത്രയും വേഗം ഇവിടെ നിന്നു നീക്കുന്നതാ നല്ലത്. ആ മുഖം കാണുമ്പോൾ ഭയം തോന്നുകയാ.

മന്ത്രി 1 : പ്രസിഡന്റിന്റെ കൊട്ടാരമല്ലേ ഇത്. കൊട്ടാരത്തിലും പരിസരങ്ങളിലുമുള്ളവർക്കു കാണാൻ അവസരം കൊടുക്കണം. ലോകമര്യാദകാട്ടുന്നുവെന്നല്ലാതെ നമുക്കാർക്കെങ്കിലും എന്തെങ്കിലും ബഹുമാനം തോന്നിയിട്ടാ? (എല്ലാവരും ചിരിക്കുന്നു)

മന്ത്രി 2 : താണഭാഷയിലുള്ള പരിഹാസമാ സഹിച്ചുകൂടാത്തത്. രാജ്യത്തെ ഉരുക്കുമനുഷ്യനായ ആഭ്യന്തരമന്ത്രിയല്ലേ ഞാൻ.

മന്ത്രി 3 : നമ്മളും മനുഷ്യരാണെന്ന വിചാരം പോലുമില്ല. നോബൽ പ്രൈസിന് മൂന്നുതവണ പരിഗണിക്കപ്പെട്ട സാമ്പത്തിക വിദഗ്ദ്ധനല്ലേ ഞാൻ.

മന്ത്രി 4 : രാജ്യം തറവാട്ടു സ്വത്താണെന്ന വിചാരമാ. രാജ്യരക്ഷാമന്ത്രിയായ എന്നോടു ചോദിക്കാതെ രാജ്യത്തിന്റെ സംരക്ഷണം വിദേശരാജ്യത്തിനെ ഏല്പിക്കാൻ തയ്യാറായതാ.

മന്ത്രി 5 : ഇപ്പോൾ മരിച്ചത് നന്നായി. അല്ലെങ്കിൽ ആരെങ്കിലും വെടിവെച്ചുകൊല്ലുമായിരുന്നു. വിദ്യാർത്ഥി സമരം ആളിക്കത്തട്ടെ എന്നുണ്ടായിരുന്നു എനിക്ക്. അതാണ് വിദ്യാഭ്യാസമന്ത്രിയായിട്ടും ഞാനിടപെടാതിരുന്നത്.

വനിത : ഉടനെ പഴയനില പുനഃസ്ഥാപിക്കണം.

മന്ത്രി 1 : എല്ലാം നമുക്ക് അടുത്ത ക്യാബിനറ്റിൽ തീരുമാനിക്കാം. ഞാൻ രാഷ്ട്രത്തലവന്മാരുമായി ബന്ധപ്പെടട്ടെ. മരണവാർത്ത അറിയിച്ചുകൊണ്ടു നഗരത്തിലും പരിസരങ്ങളിലും കാറുകൾ തുരുതുരെ ഓടാൻ ഏർപ്പാടുചെയ്യൂ. അല്പം കഴിഞ്ഞ് ഇവിടെ ആളുകളെ പ്രവേശിപ്പിച്ചു തുടങ്ങിക്കൊള്ളൂ. എന്താണ് വേണ്ടത് എന്നുവെച്ചാൽ അതാത് സമയംചെയ്ത് ശവസംസ്കാരം ഗംഭീരമാക്കാൻ നിങ്ങളുടെയെല്ലാം ഉള്ളഴിഞ്ഞ സഹകരണം എനിക്കുവേണം (എല്ലാവരും തിടുക്കത്തിൽ ഓരോ കാര്യങ്ങൾക്കായി പോകുന്നു. പ്രസിഡന്റ് തലത്തിൽ കുഴഞ്ഞുവീണ നിലയിൽ കസേരയിൽ തലവെച്ചു മുഖം സദസ്സിനു കാണുന്ന വിധത്തിലാണ് കിടക്കുന്നത്. വെളിച്ചം അല്പം മങ്ങി വീണ്ടും പ്രകാശിക്കുന്നു. കുറേ കഴിഞ്ഞാണ് തുടർന്നുള്ള സംഭവങ്ങൾ എന്ന സൂചന അതുവഴി ലഭിക്കും. വെളിച്ചം വരുമ്പോൾ രംഗത്ത് മരിച്ചു കിടക്കുന്ന പ്രസിഡന്റും സീനിയർ മന്ത്രിയും മാത്രം. അംഗരക്ഷകന്മാർ ആളുകളെ നിയന്ത്രിക്കാൻ രംഗത്തുണ്ട്. പശ്ചാത്തലത്തിൽ ക്യൂ നില്ക്കുന്ന നൂറുകണക്കിൽ ആളുകളുടെ ബഹളം കേൾക്കണം. ഓരോരുത്തരായി പ്രവേശിച്ചുതുടങ്ങുന്നു. രംഗത്തില്ലാത്ത വനിതയടക്കം അഞ്ചുമന്ത്രിമാർ തന്നെയാണ് വേഷം മാറി സന്ദർശകരായി എത്തുന്നത്. കിട്ടുമെങ്കിൽ വേറെയും സന്ദർശകരെ ഉപയോഗിക്കാം.)

അംഗരക്ഷകൻ1 : സന്ദർശകർ ശ്രദ്ധിക്കുക. ഓരോരുത്തരായി മാത്രം അകത്ത് കടക്കണം. ഒരാൾ അഭിവാദ്യമർപ്പിച്ച് മറ്റേ വാതിലിൽക്കൂടി പോയതിനുശേഷം മാത്രം മറ്റേ ആൾ പ്രവേശി

ക്കണം. ഇടതുവശത്തുകൂടെ പ്രവേശിച്ചു തലത്തിൽ കയറി പ്രസിഡന്റിനെ വലംവെച്ചു ഇറങ്ങി വലതുവശത്തു കൂടി വേണം പോവാൻ. (അംഗരക്ഷകർ രണ്ടുപേരും എല്ലാം സജീവമായി നിയന്ത്രിക്കുന്നുണ്ട്. സീനിയർ മന്ത്രി മേലന്വേഷണവും നടത്തുന്നുണ്ട്)

ജനം 1 : (പതുക്കെ തലം കയറിവന്നു വലംവെച്ചു ശവത്തിന്റെ നേർക്ക് ആട്ടുന്നു) ഫൂ... ഇവനാണ് എന്നെയും കുടുംബത്തെയും തെരുവുതെണ്ടികളാക്കിയത്. എന്റെ കൃഷി സ്ഥലം മുഴുവൻ പിടിച്ചെടുത്തത് ഈ ദുഷ്ടനാണ്. (ഉച്ചത്തിൽ അലറിവിളിച്ചു വീണ്ടും തുപ്പിയാട്ടുമ്പോൾ അംഗരക്ഷകൻ 2 പിടിച്ചു കൊണ്ടുപോയി പുറത്താക്കുന്നു. രണ്ടാമനും ഇതാവർത്തിക്കുന്നു)

ജനം 2 : പാതിരയ്ക്കു മകനെ പിടിച്ചുകൊണ്ടുപോയി ക്യാമ്പിലിട്ടു തല്ലിക്കൊന്നു കെട്ടിത്തൂക്കിയ കാലമാടാ നിനക്കു പരലോകത്തുപോലും ഗതികിട്ടില്ല. ഫൂ..

അംഗ 2 : മതി ഇനി പുറത്തുപോവാം. മറ്റേ ആൾ വന്നോളൂ. (മൂന്നാമത്തെ ആൾ ശവത്തെ പകയോടെ നോക്കി വലതുഭാഗത്തു വന്നുനിന്ന് പെട്ടെന്നു ചെരിപ്പൂരി അടിക്കുന്നു. അംഗരക്ഷകൻ ഓടിവന്നു പിടിക്കുന്നു.

അംഗ : അക്രമം കാണിക്കരുത്.

ജനം 3 : മാറിപ്പോടോ. എന്റെ അച്ഛനെ എന്തിനാ പിടിച്ചുകൊണ്ടുപോയി കൊന്നത്. ഇവനെക്കൊണ്ടു പറയിപ്പിക്കും (അടിക്കാൻ വീണ്ടും ശ്രമിക്കുന്നു)

അംഗ : പഹയാ. അയാൾ ചത്തതാണ്. പറയാനാവില്ല.

ജനം 3 : ദൈവമേ... പാവം എന്റെ അച്ഛനെ പിടിച്ചുകൊണ്ടുപോയി കൊന്നു. എന്നെ കിട്ടാത്ത ദേഷ്യത്തിനാ വയസ്സുകാലത്ത് ആ പാവത്തിനെ കൊന്നു മരക്കൊമ്പിൽ കെട്ടിത്തൂക്കിയത്. (വാവിട്ടു നിലവിളിച്ചുകൊണ്ടുപോകുന്നു)

അംഗം 2 : അഭിവാദ്യമർപ്പിക്കൽ മതി. നിർത്താം.

അംഗം 1 : ഇങ്ങനെയാണെങ്കിൽ എങ്ങനെയാ അനുവദിക്കുക. ബാക്കിയുള്ളവർക്ക് അഭിവാദ്യം നാളെ ടൗൺഹാളിൽവെച്ച് ഏല്പിക്കാം. എല്ലാവരും ഇപ്പോൾ പിരിഞ്ഞുപോകണം. (ഒരു സ്ത്രീ തടസ്സം വകവെയ്ക്കാതെ വാശിപിടിച്ചു തലത്തിൽ കയറുന്നു. കൈയിൽ ഒരു ബക്കറ്റുമുണ്ട്)

അംഗ 2 : എങ്ങോട്ടോ ബക്കറ്റുമായി, ഇതുകുളക്കടവാണെന്ന് കരുതിയോ.

സ്ത്രീ : കുളക്കടവിൽ നിന്നുവരികയാ. അദ്ദേഹത്തെ എനിക്കു ഇപ്പോൾത്തന്നെ കാണണമെന്നു തോന്നി. അത്രയ്ക്കുപകാരം ചെയ്ത വ്യക്തിയാ. (തടസ്സം കൂട്ടാക്കാതെ മുമ്പിലുള്ളവരെ തള്ളിമാറ്റി ശവത്തിന്റെ അടുത്തു വന്നുനിന്നു ബക്കറ്റ് കമഴ്ത്താൻ ശ്രമിക്കവെ സീനിയറും അംഗരക്ഷകരും തടയുന്നു)

മന്ത്രി 1 : നീയെന്താ കാട്ടുന്നത്. എന്താണ് ബക്കറ്റിൽ. എന്തിനാ അതു ശവത്തിലൊഴിക്കുന്നത്.

സ്ത്രീ : ഒഴിക്കണം. ഗട്ടറിൽ നിന്നു കോരിയെടുത്ത മലവും മൂത്രവുമാണിതിൽ. ക്യാമ്പിൽവെച്ചു മലം തീറ്റിച്ചതിനും എനിക്കു പകരംചെയ്തേ പറ്റൂ. (വീണ്ടും ഒഴിക്കാനുള്ള ശ്രമം, അതിനിടയിൽ മരിച്ചുകിടന്ന പ്രസിഡന്റ് ഉച്ചത്തിലലറിക്കൊണ്ടു തലത്തിൽനിന്നു താഴേക്കു ചാടി രാക്ഷസനെപ്പോലെ സ്റ്റേജിൽ അങ്ങോട്ടുമിങ്ങോട്ടും ഓടിക്കൊണ്ടിരിക്കുന്നു. സ്ത്രീയടക്കം എല്ലാവരും സ്തബ്ധരായി പോകുന്നു).

മന്ത്രി 1 : (വിഡ്ഢിച്ചിരി ചിരിച്ചു) അപ്പോൾ അങ്ങു മരിച്ചിട്ടില്ല അല്ലേ... സാരമില്ല. അങ്ങയെ അപമാനിച്ചവർ കാട്ടിക്കൂട്ടിയതെല്ലാം ഒളിക്യാമറയിൽ പകർത്തിയിട്ടുണ്ട്. എല്ലാറ്റിനേം പിടിച്ചു ഇപ്പോൾത്തന്നെ വെട്ടിനുറുക്കാം. ടോ. ആ സ്ത്രീയുടെ കഴുത്ത് ഉടനെ വെട്ടൂ. എങ്കിലേ സാറിന് സമാധാനമാകൂ.

പ്രസി : അവളെ വിട്ടേക്കൂ. (സ്ത്രീ ബക്കറ്റുമായി ഓടി മറയുന്നു) ദാ, ഈ മനുഷ്യനെ കഴിയുമെങ്കിൽ വെട്ടിനുറുക്ക്. (സീനിയറിനെ കഴുത്തിനു പിടിച്ച് അംഗരക്ഷകന്റെ മുമ്പിലേക്കു തള്ളുന്നു)

മന്ത്രി 1 : (കഴുത്തു തടവിക്കൊണ്ടു) സാറിന്റെ ഫലിതം കൊള്ളാം. ഓ മനസ്സിലായി. സാറുമരിച്ചുകിടന്നപ്പോൾ ക്യാബിനറ്റുമായി ഞാൻ നടത്തിയ ചർച്ച മുഴുവൻ കേട്ടുകാണും. അതാ ഇത്ര ദേഷ്യം. അതിൽ ദേഷ്യപ്പെട്ടിട്ട് കാര്യമില്ല പ്രസിഡന്റേ. ജീവിച്ചിരിക്കുമ്പോൾ പറയുന്നതാവില്ലല്ലൊ. ആരെക്കുറിച്ചും മരിച്ചാൽ പറയുക.

പ്രസി : മുഖസ്തുതിപാടിയും കാലു പിടിച്ചും സ്ഥാനവും സമ്പത്തും തട്ടിയെടുക്കുന്ന വർഗ്ഗം. ജനാധിപത്യമാണുപോലും. തരം കിട്ടിയാൽ രാജ്യത്തെ ശത്രുരാജ്യത്തിന് ഒറ്റിക്കൊടുക്കാൻ പോലും മടിക്കാത്തവർ. പ്രസിഡന്റിനോടും ഭരണപരിഷ്കാരങ്ങളോടും ജനങ്ങൾക്കെല്ലാം അതിരറ്റ ആദരവാണുള്ളതെന്നല്ലേ ഇതുവരെ നിങ്ങൾ പറഞ്ഞുവന്നത്.

മന്ത്രി 1 : പ്രസിഡന്റ് ഇപ്പോൾ നേരിൽ കണ്ടതൊന്നും ശരിയല്ല. കുറേ

പ്പേരെയെങ്കിലും വ്രണപ്പെടുത്താതെ ഏത് ഭരണപരിഷ്കാരമാ ഇവിടെ നടപ്പിൽ വരുത്തിയിട്ടുള്ളത്. അങ്ങനെ വ്രണപ്പെട്ടവരിൽ ചില വിപ്ലവക്കാർ അവരുടെ രോഷം കാട്ടിയെന്നുവെച്ച് അതുമുഴുവൻ ജനതയുടെ വികാരമായി കണക്കാക്കുന്നത് തെറ്റാണ്. ഈ നാട്ടിൽ വിപ്ലവപ്രസ്ഥാനങ്ങൾ അത്രയൊന്നും ശക്തി പ്രാപിച്ചിട്ടില്ല.

പ്രസി : ഇത്തരം മുഖസ്തുതി കേട്ടു നിങ്ങളെ വിശ്വസിച്ചുകൊണ്ട് ഇനിയും ഞാൻ ഭരണത്തിൽ തുടരാൻ ആഗ്രഹിക്കുന്നില്ല. ഉടനെ അധികാര കൈമാറ്റത്തിനുള്ള ഏർപ്പാടുകൾ ചെയ്യൂ. എത്രയും വേഗം വേണം.

മന്ത്രി 1 : ജനാധിപത്യരീതിയിൽ തിരഞ്ഞെടുപ്പിലൂടെ വമ്പിച്ച ഭൂരിപക്ഷത്തോടെ അധികാരത്തിൽ വന്നതാണ് അങ്ങ്. അടുത്ത തിരഞ്ഞെടുപ്പുവരെ കാക്കുന്നതാവും നല്ലത്.

പ്രസി : അടുത്ത തിരഞ്ഞെടുപ്പുവരെ എന്നെ ആരും കൊല്ലില്ലെന്നു തനിക്ക് ഉറപ്പുതരാൻ പറ്റ്വോ. (വിഡ്ഢിച്ചിരിയുമായി സീനിയർ) പോടോ. പോയി അധികാരക്കൈമാറ്റത്തിനുള്ള ഏർപ്പാടുകൾ ചെയ്യൂ. എന്നെ ഈ സ്ഥാനത്തിരുത്താൻ താല്പര്യമെടുത്ത പ്രമാണികളെയും വിവരമറിയിച്ചേക്കൂ. (സീനിയർ പോകുന്നു) എന്നെ പേപ്പട്ടിയെപ്പോലെ കല്ലെറിഞ്ഞു കൊല്ലുന്നത് കണ്ടു രസിക്കാൻ കാത്തിരിക്ക്വാ ഇയാളെപ്പോലുള്ളവർ (അംഗരക്ഷകരോട്) വ്യവസായികൾ അവരുടെ കൊള്ളലാഭത്തിലൊരു വിഹിതം എന്റെ ബിനാമികളുടെ പേരിൽ വിവിധ ബാങ്കുകളിൽ നിക്ഷേപിച്ചിട്ടുള്ളത് അറിയാമല്ലൊ. അധികാരമൊഴിയുന്ന വിവരം എല്ലാവരും അറിയുന്നതിന് മുമ്പായി അവയെല്ലാം വിദേശബാങ്കുകളിലേക്കു മാറ്റണം. ഉടൻ വേണം. ഏത് സമയവും പുറപ്പെടാൻ പറ്റുന്നതരത്തിൽ ഒരു ഫ്ളൈറ്റും ചാർട്ടർ ചെയ്തുവെയ്ക്കണം. പോ (അംഗരക്ഷകൻ പോകുന്നു. പ്രസിഡന്റ് എന്തോ ആലോചിച്ചുകൊണ്ട് കസേരയിൽ അസ്വസ്ഥനായി ഇരിക്കുന്നു. പതുക്കെ വെളിച്ചം മങ്ങുന്നു)

രംഗം – 5

(വെളിച്ചം വീണ്ടും വരുമ്പോൾ പ്രസിഡന്റിന്റെ കസേരയിൽ വെളിച്ചം മാത്രം. ഇരുവശത്തുമായി രണ്ടുവീതം നാലു പേർ നില്ക്കുന്നുണ്ട്. വലതുഭാഗത്ത് ഇന്ത്യൻ വ്യവസായ സംഘത്തിന്റെയും വിദേശ നിക്ഷേപക സംഘത്തിന്റെയും തലവന്മാർ. ഇടതുഭാഗത്ത് മൂന്നു മതങ്ങളുടെയും ചിഹ്നങ്ങൾ അടയാളപ്പെടുത്തിയ കിരീടവുമായി മതപുരോഹിതനും തലപ്പാവും ഷർവാണിയും ധരിച്ചു സെമിന്ദാറും)

വ്യവസായി: പ്രസിഡന്റിനെ ഇനിയും കാണുന്നില്ലല്ലോ. കർശനമായി സമയനിഷ്ഠ പാലിക്കുന്ന ആളാണ്.

വിദേശി : കറക്ട് ഹിവാസ് വെരി പംക്ചൽ.

മതം : അദ്ദേഹമാകെ അസ്വസ്ഥനായിരിക്കും. അത്ര വലിയ അപമാനമല്ലെ സഹിച്ചത്.

സെമിന്ദാർ: അധികാരമൊഴിയാനുള്ള തീരുമാനം എങ്ങനെയെങ്കിലും മാറ്റിയെടുത്തേ തീരൂ. (പെട്ടെന്ന് പ്രസിഡന്റ് അംഗരക്ഷകരോടൊത്തു കയറിവന്ന് എല്ലാവരെയും വീക്ഷിക്കുന്നു)

പ്രസി : എന്താ എല്ലാവരുംകൂടി വന്നത്. എന്റെ തീരുമാനം മാറ്റിക്കാനായിരിക്കും.

വ്യവസായി: രാജ്യത്തോടുള്ള ഉത്തരവാദിത്വം മറന്നു പ്രസിഡന്റ് ഇത്ര പെട്ടെന്ന് ഇങ്ങനെയൊരു തീരുമാനമെടുക്കുമെന്നു വിചാരിച്ചില്ല.

വിദേശി : ക്വയറ്റ് അൺഫോർച്ച്യുനേറ്റ്

മതം : ഞങ്ങളെല്ലാം അഭിപ്രായവ്യത്യാസം മറന്ന് പാറപോലെ അങ്ങയുടെ പിന്നിൽ ഉറച്ചുനില്ക്കുമായിരുന്നില്ലെ.

സെമി : അങ്ങുതന്ന സ്വാതന്ത്ര്യമുപയോഗിച്ചു ഞങ്ങൾ പഴയ അധികാരമെല്ലാം പിടിച്ചടക്കി വരികയായിരുന്നു.

പ്രസി : അങ്ങനെ നിങ്ങളൊക്കെ പ്രതാപികളായി. ഞാൻ ജനവിരോധിയും.

വ്യവ : ഇതിലും ഭീകരങ്ങളായ മർദ്ദനമുറകൾ ജനാധിപത്യത്തിന്റെ പേരിൽത്തന്നെ ഈ രാജ്യത്ത് മുമ്പും നടന്നിട്ടുണ്ട്.

വിദേശി : A good number of concentration camps all over the world. even now, you know.

മതം : മതത്തിന്റെ പേരിൽ ഞങ്ങളും വേണ്ടിവന്നാൽ ഇതിലും വലിയ മർദ്ദനമുറകൾ സ്വീകരിക്കാറുണ്ട്. എല്ലാ ദൈവങ്ങൾക്കും അതിഷ്ടമാണ്.

സെമി : ഞങ്ങളുടെ ബംഗ്ലാവുകളിൽ ആളുകളെ പുകച്ചുകൊല്ലാനായി പ്രത്യേക അറകൾ തന്നെ നിർമ്മിച്ചിട്ടുണ്ട്. പ്രസിഡന്റ് തന്നെ മർദ്ദനങ്ങളെല്ലാം കുറേക്കൂടി പരിഷ്കൃതമായി നിർവ്വഹിക്കുന്നതുകൊണ്ടാ ഇക്കാര്യത്തിൽ ഞങ്ങൾ ഇടപെടാത്തത്. അല്ലെങ്കിൽ മുമ്പത്തെപ്പോലെ ധിക്കാരികളെ മുഴുവൻ ജീവനോടെ പുകച്ചും തലകീഴായി കെട്ടിത്തൂക്കിയും കൊല്ലുമായിരുന്നു.

പ്രസി : ഇവിടെ മുമ്പ് നടക്കാത്തത് എന്താണ് ഞാൻ ചെയ്തത്. രണ്ടാമത്തെ പ്രസവം മുതൽ ഓരോ ജനനത്തിനും വലിയ തുക നികുതിയായി വസൂലാക്കുന്ന പല രാജ്യങ്ങളുമില്ലെ. സാമ്പത്തികക്കമ്മി കുറയ്ക്കാനുള്ള അടവെന്ന നിലയിൽ ചെറിയ ഒരു കാലം പ്രസവം നിരോധിച്ചത് വലിയ കുറ്റമാണോ.

മതം : അത് ഞങ്ങൾക്കാർക്കും ഇഷ്ടപ്പെട്ടിട്ടില്ലെങ്കിലും വിദ്യാലയങ്ങളും ആശുപത്രികളും വഴിക്കു ഇഷ്ടംപോലെ ധനലാഭമുണ്ടാക്കാനുള്ള വാതില് തുറന്നു തന്നില്ലെ.

പ്രസി : പണക്കാര് മാത്രം എഞ്ചിനീയറും ഡോക്ടറുമായാൽ മതിയെന്നല്ലെ സ്വകാര്യ വിദ്യാഭ്യാസ കച്ചവടക്കാർ മുഴുവൻ ആഗ്രഹിക്കുന്നത്. അതിനു ഞാൻ നിയമസാധുത നല്കി എന്നുമാത്രം.

മതം : അതു ധീരമായത്, ദൈവികവുമായ ഒരു പുണ്യകർമ്മമാണ്.

പ്രസി : മുജ്ജന്മ പാപം കൊണ്ടാണു പാവപ്പെട്ടവരായി പിറക്കുന്നത് എന്നു നിങ്ങൾ വേണ്ടപോലെ പ്രചരിപ്പിച്ചിരുന്നെങ്കിൽ വിദ്യാ

ഭ്യാസ രംഗത്തെ ഇന്നത്തെ പ്രതിസന്ധി ഒഴിവാക്കാമായിരുന്നു.

മതം : ഞങ്ങൾ പ്രചരിപ്പിക്കാത്തത് കൊണ്ടായിരുന്നില്ല പ്രസിഡന്റേ. ഞങ്ങളുടെ ജോലിതന്നെ അതല്ലേ. പക്ഷേ, പലരും അക്ഷരം പഠിച്ചവരാണല്ലോ. പറഞ്ഞതപ്പടി അവർ വിശ്വസിക്കണ്ടേ.

പ്രസി : തൊഴിലാളികൾ കാലാകാലമായി സമരങ്ങൾ നടത്തി നേടിയെടുത്ത ആനുകൂല്യങ്ങൾ മുഴുവൻ റദ്ദുചെയ്തു. കമ്പനി മുതലാളിമാരും കർഷകമുതലാളിമാരും വമ്പിച്ച ലാഭം കൊയ്തു. രാഷ്ട്രീയക്കാരെ മുഴുവൻ പണം കൊടുത്തു ചൊല്പടിയിലാക്കി. പഴി മുഴുവൻ കേൾക്കാൻ ഞാനും.

വ്യവസായി: ഞങ്ങൾ ഉല്പന്നങ്ങൾ ചെലവഴിക്കാൻ ഉപയോഗിക്കുന്ന പരസ്യതന്ത്രങ്ങൾ മുഴുവൻ അങ്ങയുടെ നൂതന പരിഷ്കാരങ്ങൾ പ്രചരിപ്പിക്കുവാനും ഉപയോഗിക്കാറുണ്ട് സാർ. അങ്ങു കരുതുംപോലെ ജനങ്ങൾ മുഴുവൻ അങ്ങേക്കെതിരല്ല. വിപ്ലവ കക്ഷികൾ എക്കാലത്തെയുംപോലെ ഇപ്പോഴും എതിർക്കുന്നുവെന്നുമാത്രം. അവരുടെ എണ്ണം കുറയ്ക്കുന്നതിൽ ദേശത്തും വിദേശത്തുമുള്ള മാധ്യമങ്ങളുടെ ചാരസംഘടനകളുടെ സഹായത്തോടെ ബഹുദൂരം മുമ്പോട്ടു പോകാൻ കഴിഞ്ഞിട്ടുണ്ട്.

പ്രസി : നിങ്ങൾ എന്തുതന്നെ പറഞ്ഞു വീണ്ടും എന്നെ വഞ്ചിക്കാൻ ശ്രമിച്ചാലും എന്റെ തീരുമാനത്തിൽനിന്നു പുറകോട്ടു പോവാൻ ഞാനുദ്ദേശിക്കുന്നില്ല. അധികാരക്കൈമാറ്റത്തിനുള്ള ഏർപ്പാടുകൾ ചെയ്യാൻ സീനിയർ മന്ത്രിയോടു പറഞ്ഞുകഴിഞ്ഞു.

വ്യവസായി: പൊതു തിരഞ്ഞെടുപ്പിലൂടെ ജനാധിപത്യ സമ്പ്രദായത്തിൽ അധികാരത്തിൽ വന്നതല്ലേ പ്രസിഡന്റ്. സ്ഥാനമൊഴിയും മുമ്പായി ജനവിധി തേടുന്നതാണ് കീഴ്‌വഴക്കം. അതുകൊണ്ടു ഉടൻ തിരഞ്ഞെടുപ്പ് പ്രഖ്യാപിക്കുകയാണ് വേണ്ടത്.

പ്രസി : (ഭയങ്കരമായി പൊട്ടിച്ചിരിക്കുന്നു. വീണ്ടും വീണ്ടും ചിരി ആവർത്തിക്കുന്നു) ഇത്രയും അപമാനിക്കപ്പെട്ടത് പോരാഞ്ഞിട്ട് ഇനി ഇലക്ഷനിൽ കെട്ടിവെച്ചു പണവുംകൂടി നഷ്ടപ്പെടുത്തി വേണം സ്ഥലംവിടാനെന്ന്. (വീണ്ടും ചിരി)

വ്യവസായി: ജനത്തിന്റെ ആട്ടും തുപ്പും ഭയന്ന് ആരുമറിയാതെ ഒളിച്ചോടുന്നതിലും അഭിമാനകരമാണ് ഇലക്ഷനിൽ കെട്ടിവെച്ച പണം പോകുന്നത്. (ദൃഢതയോടെയുള്ള വ്യവസായിയുടെ അഭിപ്രായം കേട്ട് പ്രസിഡന്റ് തുറിച്ചുനോക്കുന്നു. ശരിയാണല്ലോ എന്ന ഭാവത്തിൽ തലകുലുക്കുന്നു.)

പ്രസി : ശരിയാണ്. അധികാരത്തിൽ വന്നശേഷം മറവില്ലാതെ ദൃഢമായൊരഭിപ്രായം പറയുന്നത് കേട്ടതിപ്പോഴാണ്.

മതം : ഞങ്ങളൊക്കെ ഒരുമിച്ച് ഉന്നതാധികാരസമിതി ചേർന്നെടുത്ത തീരുമാനം ചാറ്റർജി സാർ പറഞ്ഞെന്നേയുള്ളൂ.

പ്രസി : ഇന്നുതന്നെ ഇലക്ഷൻ പ്രഖ്യാപിക്കും. ഒരു മാസത്തിനുള്ളിൽ ഇലക്ഷന്റെ എല്ലാ നടപടിക്രമങ്ങളും പൂർത്തിയാക്കി ഫലപ്രഖ്യാപനവും നടത്തിയിരിക്കും. ഒരു കാര്യംകൂടി ഞാനുറപ്പിച്ചു പറയുന്നു. ഞാൻ ഇലക്ഷൻ പ്രചാരണത്തിനുണ്ടാവില്ല.

മതം : അതുപറ്റില്ല.

പ്രസി : കല്ലേറുകൊണ്ട് എന്റെ തല തകരാനോ..

വ്യവസായി: അങ്ങു പ്രചാരണത്തിനിറങ്ങേണ്ടതില്ല. അങ്ങയുടെ പ്രസംഗം ഓരോ വീട്ടിലെയും അടുക്കളയിൽ പോലും ഊണിലും ഉറക്കത്തിലും കേൾക്കാനാവുംവിധം ഞങ്ങൾ എത്തിക്കും. ഇതു ഇന്റർനെറ്റിന്റെ യുഗമാണെന്ന് അങ്ങേക്കറിയാമല്ലോ.

പ്രസി : ഏത് ഇന്റർനെറ്റിനും എന്നെ വിജയിപ്പിക്കാനാവില്ല. 80 ശതമാനം ജനങ്ങളുടെ വോട്ടുനേടി റിക്കാർഡ് വിജയം നേടിയ ഒരാൾ രണ്ടുകൊല്ലംകൊണ്ടു ജനത്തെ മുഴുവൻ വെറുപ്പിച്ച് കെട്ടിവെച്ച പണം എങ്ങനെ നഷ്ടപ്പെടുത്തി എന്നത് ജനാധിപത്യചരിത്രത്തിൽ എക്കാലത്തെയും വലിയ ഒരു പാഠമാവാൻ പോവുകയാണ് ചരിത്രത്തിന് എന്റെ വക വിലപ്പെട്ട ഒരു സംഭാവന. (ആത്മനിന്ദയോടെ ചിരിക്കുന്നു) ഉപദേശങ്ങൾക്കും സഹകരണത്തിനും നന്ദി. ഇനി നിങ്ങൾക്കു പോകാം. (എല്ലാവരും പോകുന്നു. അംഗരക്ഷകനോട്) മന്ത്രിമാരെ മുഴുവൻ വിളിക്കൂ. കേബിനറ്റ് ചേരുന്നുവെന്ന് പറയൂ. (പ്രസിഡന്റ് ആലോചനാമഗ്നനായി അങ്ങോട്ടുമിങ്ങോട്ടും നടക്കുന്നു. മന്ത്രിമാർ ഓരോരുത്തരായി ഉത്സാഹത്തോടെ പ്രവേശിക്കുന്നു. പ്രസിഡന്റിന്റെ ഇപ്പോഴത്തെ ഭാവം നിരീക്ഷിച്ചു അവർ പരസ്പരം നോക്കി അന്തം വിടുന്നു.)

പ്രസി : (അല്പം കഴിഞ്ഞ്) അധികാര കൈമാറ്റത്തിനുള്ള രേഖകൾ തയ്യാറാക്കിക്കഴിഞ്ഞോ.

മന്ത്രി 1 : തുടങ്ങിയതേയുള്ളൂ.

പ്രസി : അതു തുടരേണ്ടതില്ല. (വീണ്ടും എല്ലാവരും അമ്പരക്കുന്നു) ഞാൻ തല്ക്കാലം അധികാരം ഒഴിയുന്നില്ല.

മന്ത്രി 1 : (ഭംഗിവാക്കായി) അതു നന്നായി.

പ്രസി : ഇന്നുതന്നെ പൊതുതിരഞ്ഞെടുപ്പു പ്രഖ്യാപിക്കണം. ഒരു

മാസം കൊണ്ടുതിരഞ്ഞെടുപ്പ് നടത്തി ഫലപ്രഖ്യാപനം നടത്തിയിരിക്കണം. അതിനുള്ള ഒരുക്കങ്ങളാണ് ഉടൻ ചെയ്തു തരേണ്ടത് (എല്ലാവരും പലഭാഗങ്ങളിലായി തളർന്നിരുന്നു പോകുന്നു) എന്താ ആരും ഒന്നും മിണ്ടാത്തത്.

വനിത : ഒരു മാസം പോയിട്ടു മൂന്നുമാസമുണ്ടായാലും ഇലക്ഷൻ നടത്താൻ കഴിയുമെന്ന് എനിക്കു തോന്നുന്നില്ല. കഴിഞ്ഞ തവണ തന്നെ ഒരു നിയോജകമണ്ഡലം കണ്ടെത്താൻ ഞാൻ പെട്ടപാട്.

പ്രസി : ഇക്കുറി മത്സരിക്കേണ്ടെന്നുവെച്ചുകൂടെ മഹിളാമണിക്ക്.

വനിത : മത്സരിക്കാതിരിക്ക്യേ. ഒന്നുകിൽ ചാവണം. അല്ലെങ്കിൽ പാർട്ടി പുറത്താക്കണം. അല്ലാത്ത കാലത്തോളം മത്സരിക്കണം. ജയിക്കണം. മന്ത്രിയാകണം.

മന്ത്രി 1 : ഞങ്ങളെല്ലാവരുടെയും വികാരമാ വനിതാ മന്ത്രി തുറന്നുപറഞ്ഞത്. സ്ഥാനം നഷ്ടമായാലും സാഹചര്യങ്ങളുമായി ഇണങ്ങിപ്പോവാൻ ഞങ്ങൾക്കു വലിയപ്രയാസമുണ്ട്. ഒരു മാസത്തിനുള്ളിൽ തിരഞ്ഞെടുപ്പു നടത്തണമെങ്കിൽ ഒരാഴ്ചയ്ക്കുള്ളിൽ നോമിനേഷൻ സമർപ്പണം വേണം. പിന്നെ ഒരാഴ്ചയ്ക്കകം പരിശോധനയും പിൻവലിക്കലും. 15 ദിവസം കൊണ്ടു പ്രചാരണവും തിരഞ്ഞെടുപ്പും ഫലപ്രഖ്യാപനവും ഇതൊന്നും നടപ്പുള്ളകാര്യമല്ല.

പ്രസി : നടക്കും. നടക്കണം. അതിനുകഴിവുള്ളവരെ ഞാൻ കണ്ടെത്തും. നിങ്ങൾക്ക് ഒഴിഞ്ഞുപോകാം. ശമ്പള കുടിശ്ശിക വല്ലതുമുണ്ടെങ്കിൽ വാങ്ങാൻ മറക്കണ്ട. (ഇതും പറഞ്ഞു പ്രസിഡന്റ് സ്ഥലം വിടുന്നു. സാറേ എന്നു വിളിച്ച് മന്ത്രിമാർ പുറകെ പോയി തിരിച്ചുവരുന്നു)

മന്ത്രി 1 : ഒന്നു തിരിഞ്ഞു നോക്കിയതുപോലുമില്ല.

മന്ത്രി 2 : നമ്മളെ പിരിച്ചുവിട്ടുവെന്നുതന്നെയാണോ പ്രസിഡന്റ് പറഞ്ഞതിനർത്ഥം.

മന്ത്രി 1 : അല്ല പിരിയാതെ വിട്ടു എന്ന്. ഏതായാലും ഇലക്ഷൻ കമ്മീഷനെ കണ്ട് തിരഞ്ഞെടുപ്പ് പ്രഖ്യാപനം നടത്തിച്ചശേഷം പ്രസിഡന്റിനെ കണ്ടു മാപ്പുപറയാം.

മന്ത്രി 3 : ഉപദ്രവം തീർന്നുകിട്ടി എന്നു കരുതി ആശ്വസിച്ചതാ.

മന്ത്രി 4 : ആ തുറിച്ചുനോട്ടം കണ്ടാൽ പിന്നെ രണ്ടു ദിവസത്തേക്കുറക്കമില്ല.

വനിത : ഏതായാലും ഇലക്ഷനോടെ ഇയാളുടെ കഥ തീർന്നു കിട്ടുമെന്ന ഒരുറപ്പുണ്ട്.

മന്ത്രി 1 : ആ നിലയ്ക്ക് ഇലക്ഷൻ വേഗം നടക്കുന്നത് തന്നെയാ നമുക്കും നല്ലത്.

മന്ത്രി 3 : അദ്ദേഹം പോയാലും നമ്മളെല്ലാം തിരിച്ചുവരുമെന്നതിനെന്താ ഉറപ്പ്. കഴിഞ്ഞതവണ തന്നെ വയസ്സ് തൊണ്ണൂറായെന്നു പറഞ്ഞു സീറ്റ് നിഷേധിച്ചതാ. കരിമല ഭഗവതിക്കു ശത്രു സംഹാര പൂജ നേർന്നാ സീറ്റ് കിട്ടിയത്.

വനിത : നിങ്ങളൊക്കെ മാറി നില്ക്കേണ്ട കാലം എന്നേ കഴിഞ്ഞു. അതുപോലെയാണോ ഞാൻ. പരിചയമില്ലത്തവർ കണ്ടാൽ ഇപ്പോഴും ചോദിക്കും ഏത് കോളേജിലാ പഠിക്കുന്നെന്ന്.

മന്ത്രി 3 : ഛീ മിണ്ടാതിരിയെടീ. നീയും മറ്റും എങ്ങനെയാ ഇവിടെ എത്തുന്നതെന്ന് എനിക്കറിയാം. ഞാൻ അവതരിപ്പിക്കുന്ന ബഡ്ജറ്റുകൾ സാമ്പത്തികശാസ്ത്രത്തിൽ പാഠപുസ്തകങ്ങളാണ്. ഞാൻ പോയാൽ ഈ രാജ്യത്തെ സാമ്പത്തിക രംഗത്തിന് എന്തു സംഭവിക്കുമെന്നറിയോ തനിക്ക് മരിച്ചു ഘോഷയാത്രയോടൊപ്പമല്ലാതെ ഞാനിവിടെ നിന്ന് ഇറങ്ങുമെന്ന് ആരും മോഹിക്കണ്ട.

മന്ത്രി 1 : ഇവിടെ വയസ്സല്ലല്ലോ പ്രശ്നം. സ്ഥാനാർത്ഥിത്വം കിട്ടലും ജയിക്കലുമാണ്. ഈ ചുരുങ്ങിയ സമയം കൊണ്ട് ഒന്നും നടക്കുമെന്ന് തോന്നുന്നില്ല. സ്വയം നശീകരിക്കുന്നതോടൊപ്പം നമ്മളെയും നശിപ്പിക്കാനുള്ള ശ്രമമാണ്. കൂടുതൽ മാനം കെടാതിരിക്കാൻ നമ്മൾ ഉടൻ സ്ഥാനമൊഴിയുന്നതാ നല്ലത്.

മന്ത്രി 2 : സിഗരറ്റു വലിക്കാൻ തീപ്പെട്ടിയുരച്ചുതരാനും കാലുതുടച്ച് ഷൂസിട്ടു തരാനും പോലും ശിപായിമാരെ വെച്ച് ശീലിച്ച നമ്മൾ തിരിച്ചുപോയിട്ടു എന്തുചെയ്യാനാ. ഒരു കത്തു പോസ്റ്റു ചെയ്യാൻപോലും വടിയും കുത്തി അവനവൻ തന്നെ ഇറങ്ങേണ്ടി വരും. (വിതുമ്പുന്നു. പതുക്കെ എല്ലാവരും വിതുമ്പിക്കൊണ്ടു തലത്തിൽ തളർന്നിരിക്കുന്നു. അംഗരക്ഷകൻ പ്രവേശിച്ച് സീനിയറുടെ കൈയിൽ ഒരു കവർ കൊണ്ടുവന്നു കൊടുത്ത് തിരിച്ചുപോകുന്നു)

മന്ത്രി 1 : (കവർ വലിച്ചെറിഞ്ഞുകൊണ്ടു) ദുഷ്ടൻ പറഞ്ഞതുപോലെ പ്രവർത്തിച്ചു. നമ്മളെയെല്ലാം ഡിസ്മിസ് ചെയ്തുകൊണ്ടുള്ള ഓർഡറാണ് (എല്ലാവരും ദൈവമേ എന്നു വിളിക്കുന്നു).

മന്ത്രി 2 : എത്ര ദിവസംകൊണ്ടു ബംഗ്ലാവും മറ്റും ഒഴിവാക്കേണ്ടി വരും ആവോ. ഓർഡറിലെഴുതിയിട്ടുണ്ടാകും. ഏതായാലും സീനിയർ അതെടുത്തൊന്നു പൊളിച്ചു വായിച്ചുനോക്കുന്നത് നന്നാ

യിരിക്കും. (മനമില്ലാ മനസ്സോടെ കവർ പൊളിച്ചു വായിക്കുന്നു. അത്ഭുതംകൊണ്ടു നിലവിളിച്ചുപോകുന്നു. എല്ലാവരും 'എന്താ' 'എന്താ' എന്നും മറ്റും ഉദ്വേഗത്തോടെ പറയുന്നു)

മന്ത്രി 3 : സ്ഥാനം ഒഴിയുന്നതോടെ താമസം ജയിലിലാകുമെന്നാണോ.

മന്ത്രി 1 : ആരും സ്ഥാനം ഒഴിയേണ്ട. (എല്ലാവരുടെയും ഒരുമിച്ചുള്ള ആശ്വാസ സ്വരം) വിജയിക്കുന്ന സ്ഥലങ്ങളിൽത്തന്നെ നമ്മളെയെല്ലാവരെയും മത്സരിപ്പിച്ചു ജയിപ്പിച്ച് ഇതേസ്ഥാനങ്ങളിൽ തുടരാനുള്ള ഏർപ്പാടുകൾ ചെയ്തിട്ടുണ്ടെന്ന്. (എല്ലാവരും ആഹ്ലാദംകൊണ്ടു തുള്ളിച്ചാടി പ്രസിഡന്റിനു ജയഗീതം പാടുന്നു)

എല്ലാവരും ജയ്ഹോ – ജയ്ഹോ മഹാനായ പ്രസിഡന്റ് നീണാൾ വാഴട്ടെ. ദയാലുവായ പ്രസിഡന്റ് നീണാൾ വാഴട്ടെ. (വെളിച്ചം പതുക്കെ മങ്ങുന്നു)

രംഗം – 6

(വെളിച്ചം പരക്കുമ്പോൾ പ്രസിഡന്റ് ആലോചനയിലാണ്. ആജ്ഞകൾ കാത്ത് രണ്ട് അംഗരക്ഷകരും ഇരുവശത്തുമുണ്ട്)

പ്രസി : (പതുക്കെ എഴുന്നേറ്റ്) വോട്ടെണ്ണൽ ഇന്നലെത്തന്നെ പൂർത്തിയായിരിക്കുമല്ലോ.

അംഗ 1 : ഇന്നു രാവിലെ 10 മണിക്കു മുഖ്യതിരഞ്ഞെടുപ്പു കമ്മീഷണർ ഇവിടെയെത്തുമെന്ന് അറിയിച്ചിട്ടുണ്ട്.

പ്രസി : നമ്മുടെ പരാജയം ഇതിനകം രഹസ്യമായി എല്ലാവരും അറിഞ്ഞുകാണും.

അംഗ : അതിന് ഒരു സാദ്ധ്യതയുമില്ല. എണ്ണാൻ തുടങ്ങിയത് മുതല്ക്കു കഴിഞ്ഞ മൂന്നു ദിവസങ്ങളിലായി ഉദ്യോഗസ്ഥന്മാരെല്ലാം പൂട്ടി സീല് വെച്ച മുറികൾക്കകത്താണ്. റിസൽട്ട് പ്രഖ്യാപനം കഴിഞ്ഞേ തുറന്നുവിടൂ.

പ്രസി : വിജയസാദ്ധ്യതയെക്കുറിച്ചു ജനങ്ങൾക്കിടയിൽ പൊതുവെയുള്ള അഭിപ്രായമെന്താ.

അംഗ 1 : ജനങ്ങൾക്ക് അങ്ങനെ പ്രത്യേകിച്ച് അഭിപ്രായമൊന്നും ഉള്ളതായി കണ്ടില്ല. മാധ്യമങ്ങൾ മുഴുവൻ അങ്ങേക്കെതിരാണ്. കഴിഞ്ഞ രണ്ടു വർഷമായി വായമൂടിക്കെട്ടിയതിന്റെ രോഷം മുഴുവൻ ഇപ്പോൾ തീർക്കുകയാ. തടങ്കൽ ക്യാമ്പിലെ പീഡനമുറകളും കൊലപാതകങ്ങളുമെല്ലാം വലിച്ചു പുറത്തിട്ട് അലക്കുകയാ.

പ്രസി : അവരെ കുറ്റം പറഞ്ഞിട്ടു കാര്യമില്ല. ചെയ്തത് കടുംകൈയായിപ്പോയി എന്നു ഇപ്പോൾ തോന്നുന്നു.

അംഗ 2 : സാറ് വെറുതെ ഭയപ്പെടുകയാ. ഇത്തരം മർദ്ദനങ്ങൾ ഇതിനു മുമ്പും ധാരാളമായി നടന്നിട്ടുള്ളതല്ലേ. അതൊന്നും തിരഞ്ഞെടുപ്പു ഫലത്തെ ബാധിക്കണമെന്നില്ല. മുമ്പൊരു എഞ്ചിനീയറിങ് വിദ്യാർത്ഥിയെ ക്യാമ്പിലിട്ടു മർദ്ദിച്ചുകൊന്നതിന്റെ പേരിൽ പത്രങ്ങളിലൊക്കെ എന്തുപുകിലായിരുന്നു. എന്നാൽ ഇലക്ഷൻ റിസൽട്ട് വന്നപ്പോൾ ആ വിദ്യാർത്ഥിയുടെ സംസ്ഥാനത്തെ മഹാഭൂരിപക്ഷം സീറ്റും ഭരണപക്ഷം തന്നെ തൂത്തുവാരി. ജാതിമത ശക്തികൾ ഒന്നിച്ചു ചേർന്നാൽ പീഡനവും പ്രചാരണവുമൊന്നും പ്രശ്നമല്ല സർ.

അംഗ 1 : വ്യവസായികൾ മുൻകൈയെടുത്തു കോടികളാ പ്രത്യേകം പെട്ടികളിലാക്കി ഓരോ നിയോജകമണ്ഡലത്തിലും എത്തിച്ചിട്ടുള്ളത്. ഒരുനേരത്തെ ആഹാരത്തിനു വകയില്ലാത്തവർ കൈ നിറയെ പണം കിട്ടുമെങ്കിൽ ആരുടെ പ്രേരണയ്ക്കും വശംവദരാകും.

പ്രസി : എനിക്ക് മനോധൈര്യം നല്കാനുള്ള നിങ്ങളുടെ ശ്രമങ്ങളൊക്കെ കൊള്ളാം. എന്തായാലും യാത്ര പുറപ്പെടാൻ ഒരുങ്ങിക്കൊള്ളു. തോറ്റാൽ ജനം പിച്ചിച്ചീന്തി എറിയും. അന്നു ഞാൻ മരണം അഭിനയിച്ചപ്പോൾ കൊണ്ട ചെരുപ്പടിയുടെ വേദനയും തുപ്പലിന്റെ മണവും ഇനിയും പോയിട്ടില്ല. (വ്യവസായിയും മതവും പ്രവേശിക്കുന്നു)

വ്യവ : റിസൽട്ട് വല്ലതും കിട്ടിയോ. സാധാരണനിലയിൽ പ്രഖ്യാപനത്തിന് എത്രയോ മുമ്പ് തിരഞ്ഞെടുപ്പ് ഫലം എന്റെ മേശപ്പുറത്തെത്തുമായിരുന്നു.

മതം : ഞങ്ങളും മാറിമാറി ശ്രമിച്ച് നോക്കി. ഒരു രക്ഷയുമില്ല. കമ്മീഷനടക്കം എല്ലാവരും വല്ലപാതാളത്തിലും ചെന്ന് ഒളിച്ചു കാണും.

വ്യവ : ഇലക്ഷൻ കഴിഞ്ഞ ഉടനെ അങ്ങു ജയിക്കുമെന്ന പൂർണ്ണവിശ്വാസം ഉണ്ടായിരുന്നു. റിസൾട്ട് വൈകുന്തോറും ചങ്കിടിക്ക്യാ.

പ്രസി : ജയിക്കുമെന്ന വിശ്വാസം എനിക്കു ഒരിക്കലും ഉണ്ടായിട്ടില്ല. ജനങ്ങളോട് അത്ര വലിയ പാതകങ്ങളാ ഞാൻ ചെയ്തുകൂട്ടിയത്.

മതം : ഞങ്ങൾക്കു നല്ല ശുഭാപ്തി വിശ്വാസമാ പ്രസിഡന്റേ ഇതുവരെയില്ലാത്തത്ര ഐക്യമാ ഞങ്ങൾ തമ്മിലുണ്ടായിട്ടുള്ളത്.

വ്യവ : പതിവിലും എത്രയോ ഇരട്ടി പണവും ഇറക്കിയിട്ടുണ്ട്.

പ്രസി : ഏതായാലും അതിന്റെയെല്ലാം ഫലം ഇപ്പോൾ അറിയാൻ

പോവുകയാണ്. പത്തുമണിക്കാണ് പ്രഖ്യാപനം. സമയം പത്തുമണി. മുഖ്യതിരഞ്ഞെടുപ്പു കമ്മീഷൻ പുറത്തുണ്ടാകും. വിളിക്കൂ. (അംഗരക്ഷകൻ പോയി കമ്മീഷനെ കൂട്ടിവരുന്നു. കൈയിൽ ഫയൽ) തിരഞ്ഞെടുപ്പെല്ലാം സമാധാനമായിക്കഴിഞ്ഞല്ലൊ.

കമ്മീഷൻ: എസ് സർ.

പ്രസി : എന്തെങ്കിലും പ്രശ്നം?

കമ്മീ : നോ സർ.

പ്രസി : റിസൽട്ട് ഏതെങ്കിലും വഴിക്കു ചോർന്നുവോ!

കമ്മീ : നോ സർ.

പ്രസി : ഗുഡ്. ഇനി താമസിക്കേണ്ട. പ്രഖ്യാപിക്കാം. (വല്ലാതെ അസ്വസ്ഥനാകുന്നു. പതുക്കെ അംഗരക്ഷകർ പിടിച്ചു കസേരയിലിരുത്തുന്നു)

കമ്മീ : (സീല് വെച്ച കവറെടുത്തു പൊട്ടിച്ച്) ആദ്യം ജനസഭയിലെ അംഗനില പ്രഖ്യാപിക്കാം. ഭരണപക്ഷത്തിനു 500 ൽ 487.

വ്യവ : അതിൽ കോടീശ്വരന്മാർ?

കമ്മീ : 475

വ്യവ : കഴിഞ്ഞ സഭയിൽ?

കമ്മീ : 340 (വ്യവസായി രണ്ടു കൈയും ഉയർത്തി ആഹ്ലാദം പ്രകടിപ്പിക്കുന്നു. പ്രസിഡന്റിന്റെ അസ്വസ്ഥത കണ്ട് ആഹ്ലാദം അടക്കുന്നു)

മതം : കമ്മീഷൻ പ്രസിഡന്റിന്റെ ഫലം പറയൂ. അതല്ലെ പ്രധാനം.

കമ്മീ : നിലവിലുള്ള പ്രസിഡന്റിന് ആകെ പോൾ ചെയ്തതിന്റെ 85 ശതമാനം വോട്ടു ലഭിച്ചിരിക്കുന്നു. കഴിഞ്ഞ തവണ 80 ശതമാനം മാത്രമായിരുന്നു. (എല്ലാവരും ആർത്തുനില വിളിക്കുന്നു. പ്രസിഡന്റ് എന്താണ് സംഭവിച്ചതെന്നറിയാതെ ഉറക്കത്തിൽ നിന്നുണർന്നപോലെ ഇരിക്കുന്നു)

പ്രസി : തോറ്റു. തോറ്റു അല്ലെ.

വ്യവ : മഹാഭൂരിപക്ഷത്തോടെ ജയിച്ചു എന്ന്.

കമ്മീഷൻ: കഴിഞ്ഞ തവണ കിട്ടിയതിനേക്കാൾ കൂടുതലാണ്. ഭൂരിപക്ഷം. ഞാൻ പോകട്ടെ. പത്രക്കാർ കാത്തുനില്പുണ്ടാവും.

വ്യവ : എന്താ വിശ്വാസം ആകുന്നില്ല. അല്ലേ? ഇതാണ് നമ്മുടെ മഹത്തായ ജനതയുടെ മാഹാത്മ്യം (പതുക്കെ പ്രസിഡന്റ് എഴുന്നേറ്റു ഗംഭീര ഭാവം വീണ്ടെടുക്കുന്നു. 'അഭിനന്ദനങ്ങൾ' എന്നു പറഞ്ഞുകൊണ്ടു വ്യവസായിയും മതപുരോഹിതനും

ഇരുവശത്തുനിന്നും കെട്ടിപ്പിടിക്കുന്നു. തുടർന്ന് സെമിന്ദാരും വിദേശിയും വന്ന് അഭിനന്ദിച്ചുകൊണ്ടു മറ്റുള്ളവരോടൊപ്പം ചേർന്നു പ്രസിഡന്റിനെ ആലിംഗനം ചെയ്തു വീർപ്പുമുട്ടിക്കുന്നു.

മന്ത്രി 1 : നമ്മുടെ ജനാധിപത്യത്തെ ഇങ്ങനെ വീർപ്പുമുട്ടിച്ചുകൊല്ലാതെ. ഏതായാലും ഞാനതിനില്ല. പാദസേവ കൊണ്ടു തൃപ്തിപ്പെട്ടുകൊള്ളാം. (പ്രസിഡന്റിനുമുമ്പിൽ കാൽച്ചുവട്ടിൽ ഇരിക്കുന്നു. പ്രസിഡന്റ് ഇരുവശത്തും നില്ക്കുന്ന വ്യവസായി, മതം, സെമിന്ദാർ, വിദേശി എന്നിവരുടെ തോളിൽ കൈയിട്ടു നില്ക്കുന്നു. കാൽച്ചുവട്ടിൽ ക്യാബിനറ്റിന്റെ പ്രതിനിധിയായി സീനിയറും)

പ്രസിഡന്റ്: അമ്മേ ഭാരതധരേ നീ കരയേണ്ട. ഇവിടെ ജനാധിപത്യം സുരക്ഷിതമാണ്, ഭവതിയെ ഇതാ ഞങ്ങൾ സംരക്ഷിച്ചുകൊള്ളാം. (പ്രസിഡന്റ് തോളിൽനിന്നു കൈയെടുത്തു തൊഴുന്നു. മറ്റുള്ളവർ ഉച്ചത്തിൽ ചിരിച്ചുകൊണ്ടു നില്ക്കെ പതുക്കെ പ്രകാശം മങ്ങുന്നു.)

കർട്ടൻ